எரியும் தீப்பிழம்புகளின் நூறு நாக்குகள்

மணிப்பூரிக் கவிதைகள்

எரியும் தீப்பிழம்புகளின் நூறு நாக்குகள்

மணிப்பூரிக் கவிதைகள்

தமிழில்:
பா. இரவிக்குமார் & ப. கல்பனா

MB
மலர் புக்ஸ்

எரியும் தீப்பிழம்புகளின் நூறு நாக்குகள்
மணிப்பூரிக் கவிதைகள்
மொழிபெயர்ப்பு ஆசிரியர்கள்: பா. இரவிக்குமார் & ப. கல்பனா
© பா. இரவிக்குமார் & ப. கல்பனா

முதல் பதிப்பு: ஜூலை 2023
பக்கங்கள்: 128

வெளியீடு: மலர் புக்ஸ்
விற்பனை உரிமை: பரிசல் புத்தக நிலையம்
235, P பிளாக், எம்.எம்.டி.ஏ. காலனி,
அரும்பாக்கம், சென்னை 600 106
parisalbooks@gmail.com
தொடர்புக்கு: 93828 53646, 88257 67500

அட்டை, புத்தகம் வடிவமைப்பு: பா. ஜீவமணி, 96000 99112
அச்சகம்: Compu Printers, Chennai 600 086

விலை: ரூ 160

Eriyum Theeppizhambukalin Nooru Naakkukal
Manipuri Kavithaikal
Translators: B. Ravikumar & B. Kalpana
© B. Ravikumar & B. Kalpana

First Edition: July 2023
Pages: 128

by Malar Books
Right to Sell: Parisal Putthaga Nilayam
235, P Block, MMDA Colony,
Arumbakkam, Chennai 600 106
Contact: 93828 53646, 88257 67500 | parisalbooks@gmail.com

Cover Photo: Johnyshil
Wrapper, Book Layout: B Jeevamani, 96000 99112
Printed by: Compu Printers, Chennai 600 086

Price: Rs. 160
ISBN: 978-93-91947-58-3

பா. இரவிக்குமார்

நவீன இலக்கியம், திறனாய்வு, மொழிபெயர்ப்பு முதலிய பல்வேறு துறைகளில் ஈடுபாடு கொண்ட பா. இரவிக்குமார், தற்போது, புதுவைப் பல்கலைக்கழகத்தில் சுப்பிரமணிய பாரதியார் தமிழியற்புலத்தில் இணைப் பேராசிரியராகப் பணியாற்றி வருகிறார். 'கைரேகைக் கொடியில் கனவுப் பூ', 'உன்னால் நிகழ்கிறேன்' ஆகிய கவிதைத் தொகுப்புகளை வெளியிட்டுள்ளார். 'கலையும் போராட்டமும்', 'வாழ்விலிருந்து கண் விழிக்கும் சொற்கள்' ஆகிய கட்டுரை நூல்களையும் வெளியிட்டுள்ளார். 'எஸ்.பொ. முன்னீடுகள்' என்னும் நூலின் தொகுப்பாசிரியர். 'உறவுகள்' என்னும் எஸ்.பொ.வின் சிறுகதைத் தொகுப்பைத் தமிழச்சி தங்கபாண்டியனுடன் இணைந்தும், 'காகித றெக்கை' என்னும் யுகபாரதியின் கவிதைத் தொகுப்பைச் சீனு.தமிழ்மணியுடன் இணைந்தும், 'தம்பி, நான் ஏது செய்வேனடா' என்னும் பாரதிபுத்திரனின் நேர்காணலைக் கவிஞர் பச்சியப்பனுடன் இணைந்தும் வெளியிட்டுள்ளார். திறனாய்வாளர் பேராசிரியர் க. பஞ்சாங்கத்துடன் இவர் நிகழ்த்திய நேர்காணல், 'அர்த்தமின்மையின் அழகும் அர்த்தங்களின் மெய்ம்மையும்' என்னும் நூலாக வெளிவந்துள்ளது. 'ஆனந்தரங்கர் நாட்குறிப்பு: ஒரு வரலாற்றுப் புதையல்' என்னும் கட்டுரை நூலின் தொகுப்பாசிரியர். அண்மையில் பேராசிரியர் பஞ்சாங்கத்தின் நேர்காணல்களைத் தொகுத்து 'உண்மையின் தேடலில் அலைபாயும் மனம்' என்னும் நூலினை வெளியிட்டுள்ளார்.

ப. கல்பனா

தற்போது, சென்னையில் உள்ள பாரதி மகளிர் கல்லூரியின் தமிழ்த்துறையில் இணைப் பேராசிரியராகப் பணியாற்றிவரும் ப. கல்பனா, 'பார்வையிலிருந்து சொல்லுக்கு' என்னும் கவிதைத் தொகுப்பின்வழி இலக்கிய உலகில் அறியப்பட்டவர். சென்ற ஆண்டு, 'நானொரு நேனோ துகள்' என்னும் கவிதைத் தொகுப்பை வெளியிட்டுள்ளார். இவருடைய பல கவிதைகள் பெண்ணியம் சார்ந்த கவிதை நூல்களில் தொகுக்கப்பட்டுள்ளன. ஆங்கிலத்திலும் மொழிபெயர்க்கப்பட்டுள்ளன.

தென்கிழக்கு ஆசிய நாடுகளின் இலக்கியத்தின்பால் இவருக்கு இருந்த ஆர்வம் சீனக் கவிதைகளை 'உதிர்ந்த இலைகளின் பாடல்' என்னும்

தலைப்பில் மொழிபெயர்த்து வெளியிடத் தூண்டியது. சென்னைக் கிறித்தவக் கல்லூரியில் வனம் அமைப்பில் பல்வேறு கவிதைகளை எழுதியவர். ஆய்விதழ்களில் தொடர்ந்து கட்டுரைகளை எழுதி வரும் ப. கல்பனா, 'பாரதியின் பெண் கருத்தியல்' என்னும் தலைப்பில் முனைவர் பட்ட ஆய்வை முடித்துள்ளார். 'பாரதியின் பெண் விடுதலைக் கருத்தாக்கம்: மரபும் புதுமையும்' என்னும் மின் நூலையும் 'காலத்தை வரையும் ஆளுமைகள்', 'பாரதியின் முப்பெரும்பாடல்களில் பெண்புனைவு' ஆகிய நூல்களையும் சமீபத்தில் வெளியிட்டுள்ளார்.

கொரியக் கவிதைகள், சீனக் கவிதைகள், ஜப்பானியக் கவிதைகள் முதலியவற்றைத் தொடர்ந்து, உலகக் கவிதைகள் பலவற்றையும் மொழிபெயர்த்து வெளியிட வேண்டும் என்னும் ஆர்வத்துடன் பணியாற்றி வருகிறார்.

❏ ❏ ❏

இருவரும் இணைந்து மொழிபெயர்த்த 'மலர்கள் விட்டுச்சென்ற வெற்றிடத்தில்' என்னும் கொரியக் கவிதைகள் தொகுப்பும், 'மிதக்கும் உலகம்' என்னும் ஜப்பானியக் கவிதைகள் தொகுப்பும் இவர்களுடைய இலக்கியப் பயணத்தில் குறிப்பிடத்தக்கன. இந்நூல்கள் பரிசல் புத்தக நிலைய வெளியீடுகளாக வெளிவந்துள்ளன.

◉

இதயத்தில்
துப்பாக்கிகளின்
ஓசைகள் கனக்க... ... ...

அனுதினமும்
மரணத்தில் முகம்பார்க்கும்
மணிப்பூர்
மக்களுக்கு... ... ...

நன்றி

க. பஞ்சாங்கம், சா. பாலுசாமி, பச்சியப்பன், சீனு. தமிழ்மணி, யுகபாரதி, க. சந்திரிகா, சு.ஆ. வெங்கட சுப்புராய நாயகர், சி. மோகன், பரிசல் செந்தில்நாதன், குறிஞ்சிவேலன், ம. செந்தில்குமார், கோ. கோபிராஜ், சுகுமார், சங்கரி, லதா, சித்தார்த்தன், ஜெய், யூசுப் ஷெரீஃப், வீரமணி, கீர்த்தனா, சரண்ராஜ்.

பொருளடக்கம்

- எரியும் சிதையிலிருந்து மலரும் மலர் 11
- கவிதையைக் கடத்த முடியுமா
  துப்பாக்கிகளைப் போல? 14

1. ஒடுக்க வேண்டாம் ● எஸ். பானுமதி தேவி 21
2. அம்மாவுக்காக ● எஸ். பானுமதி தேவி 23
3. முதல் மழை ● ராபின் எஸ். நங்கோம் 27
4. இறுதிச் சடங்குகளும் திருமணங்களும்
   ● ராபின் எஸ். நங்கோம் 32
5. கணிப்புகள் ● ராபின் எஸ். நங்கோம் 36
6. லைதும்க்ராஹ் ● ராபின் எஸ். நங்கோம் 38
7. தனிமை ● ராபின் எஸ். நங்கோம் 40
8. காங்டாக், பிப்ரவரி 1998 (டி. லடாக்கி குருவுக்காக)
   ● ராபின் எஸ். நங்கோம் 42
9. பூர்வீக நிலம் ● ராபின் எஸ். நங்கோம் 46
10. மோசமான இடங்கள் ● ராபின் எஸ். நங்கோம் 48
11. நீங்கள் திரும்பாதபோது ● ராபின் எஸ். நங்கோம் 50
12. கடைசி வார்த்தை ● ராபின் எஸ். நங்கோம் 53
13. காந்தியும் ரோபோவும் ● தங்ஜம் இபோபிஷக் 56
14. உருவம் ● தங்ஜம் இபோபிஷக் 58
15. பகவத் கீதை படித்தல் ● தங்ஜம் இபோபிஷக் 60
16. மனைவியின் ரவிக்கையும் கவிதையும்
    ● தங்ஜம் இபோபிஷக் 62

17.	அமெரிக்கக் குடை • தங்ஜம் இபோபிஷக்	63
18.	மேகாலயா • தங்ஜம் இபோபிஷக்	64
19.	கடிதம் • சரட்சந்த் தியம்	68
20.	ஷில்லாங் • சரட்சந்த் தியம்	70
21.	துப்பாக்கி • சரட்சந்த் தியம்	72
22.	இலக்கு • சரட்சந்த் தியம்	73
23.	பொக்ரான் கார்கில் கெய்சல் • சரட்சந்த் தியம்	77
24.	மனித வெடிகுண்டு • சரட்சந்த் தியம்	79
25.	ஒரு கிராமத்துப் பெண் • சொரொக்கைபம் கம்பினி	81
26.	ஒரு கனவின் கதை • யும்லெம்பம் இபோம்சா	83
27.	ஆழமாக நகர்கின்றன இந்த ஆறுகள் • யும்லெம்பம் இபோம்சா	87
28.	வெற்றிபெற்றவரின் போர்க்களம் • யும்லெம்பம் இபோம்சா	89
29.	மண்புழுவும் நானும் • யும்லெம்பம் இபோம்சா	92
30.	வசந்தகாலத்தின்போது • யும்லெம்பம் இபோம்சா	94
31.	இமோயினுவை வணங்குதல் • யும்லெம்பம் இபோம்சா	96
32.	கடைசி கனவு • யும்லெம்பம் இபோம்சா	99
33.	கடைசி வார்த்தை ஒன்று • யும்லெம்பம் இபோம்சா	102
34.	முதிய பெண்களும் சுவரொட்டியும் • யும்லெம்பம் இபோம்சா	105
35.	புத்தாண்டு வாழ்த்துகள் • யும்லெம்பம் இபோம்சா	107
36.	முத்தமிடப்பட்டேன் நான் • யும்லெம்பம் இபோம்சா	110
☐	மணிப்பூரி இலக்கியத்தில் யாவோல் கவிதையின் எழுச்சி – ஷேத்ரிமாயும் பிரேம்சந்திரா	111
☐	கலக அழகியல் – சி. மோகன்	118
☐	வன்முறைக்கு எதிரான அழகியல் – பேரா. க. பஞ்சாங்கம்	120
☐	கவிஞர்கள் பற்றி...	124

எரியும் சிதையிலிருந்து மலரும் மலர்

மணிப்பூரிக் கவிதைகளை மொழிபெயர்ப்பது என்கிற முடிவைக் கடந்த ஆண்டு (2022) எடுத்தபோது, மணிப்பூரில் இவ்வளவு கலவரம் நடைபெறும் என்று நாங்கள் எதிர்பார்க்கவில்லை. ‘இடைவெளி’ என்னும் பெயரில் கவிதைக்கான காலாண்டிதழைத் தொடர்ந்து நடத்துவது என்கிற தீர்மானத்தை எடுத்த ‘பரிசல்’ செந்தில்நாதன், மூன்றாவது இதழில் எங்களைச் சிறப்பாசிரியர்களாக நியமித்தார். ஜனவரி 2023இல் மணிப்பூரிக் கவிதைகளின் சிறப்பிதழ் வெளிவந்து வாசகர்களின் வரவேற்பையும் கவனத்தையும் பெற்றது. கலக அழகியலின் வெளிப்பாடாக இக்கவிதைகள் இருக்கின்றன என்று சி. மோகன் இவற்றை மதிப்பீடு செய்தார். அரசுப் பயங்கரவாதம் நிகழ்த்தும் வன்முறைக்கு எதிரான கவிதைகளாக இருப்பதைத் திறனாய்வாளர் க. பஞ்சாங்கம் முகநூலில் பதிவு செய்தார். பேரா. சா. பாலுசாமி, எழுத்தாளர் எஸ். ராமகிருஷ்ணன், கவிஞர் பச்சியப்பன் போன்ற ஆளுமைகள் தந்த ஊக்கம்தான் நூல்வடிவில் இக்கவிதைகள் வெளிவருவதற்கான காரணம்.

‘இடைவெளி’ இதழுக்காக இந்தக் கவிதைகளை மொழிபெயர்த்துக் கொண்டிருந்தபோது, மணிப்பூரின் வரலாறு, புவியியல், மணிப்பூர் இலக்கியத்தின் தோற்றம் வளர்ச்சி குறித்தெல்லாம் தொடர்ந்து வாசித்துக் கொண்டிருந்தோம். 64 பக்க இதழில் அவற்றை முழுவதும் பதிவு செய்ய இயலவில்லை. சாகித்திய அகாடமி ஆங்கிலத்தில் வெளியிட்ட ‘நவீன இந்திய இலக்கியம் - ஒரு தொகுப்பு’ (முதல் தொகுதி) என்னும் நூலில் உள்ள இரோம் பாபு சிங் எழுதிய ‘நவீன மணிப்பூரி இலக்கியம்’ என்னும் கட்டுரையைத் தமிழில் கி. ராஜகோபாலன் எழுதியிருந்தார். மணிப்பூரி இலக்கியத்தின் பின்னணியைப் புரிந்துகொள்ள

இக்கட்டுரை உதவியது என்பதை இங்கே குறிப்பிட்டாக வேண்டும். 'இலக்கியம் மூலம் இந்திய இணைப்பு' (தொகுப்பு 2) என்னும் அற்புதமான நூலில் இக்கட்டுரையை வெளியிட்டுத் தன்னுடைய அனுபவங்களை அந்த நூலில் பகிர்ந்து கொண்ட எழுத்தாளர் சிவசங்கரியின் இலக்கியப் பணி மகத்தானது என்பதை இங்கே பதிவு செய்யக் கடமைப்பட்டுள்ளோம்.

கமல் சிங் எழுதிய 'லெய் பரெங்' (பூமாலை 1929) என்னும் கவிதைத் தொகுப்புதான் அச்சில் வந்த முதல் தொகுப்பு என்பதை அறிய முடிகிறது. சௌபா சிங், அங்கங்கல் சிங், கமல் சிங், நீலகாந்த சிங், எல். சமரேந்திர சிங், ஸ்ரீபிரேன், இபோபிஷக் சிங் முதலிய கவிஞர்கள் மணிப்பூரிக் கவிதை இலக்கியத்திற்கு வளம் சேர்த்தவர்களாக அறியப்படுகின்றனர். ஆனால், நீண்ட பாரம்பரியம் கொண்ட மொழியாக 'மெய்தி' அறியப்பட்டாலும், எண்ணற்ற நூல்கள் இடைக்காலத்தில் குறிப்பாக, 1709 - 1748 ஆண்டுகளில், மகாராஜா கரிப் நிவாஜ் காலகட்டத்தில் எரிக்கப்பட்டது பேரதிர்ச்சியை ஏற்படுத்துகிறது. 'மெய்தி' மொழியில் எழுதப்பட்ட ஒரே காரணத்தால், எண்ணற்ற கைப்பிரதிகள் தீயிட்டுக் கொளுத்தப்பட்ட வரலாறு அந்த இன மக்களுக்கு சாபக்கேடாக அமைந்துவிட்டது.

எது எப்படி இருப்பினும், இன்றைய மணிப்பூரி இலக்கியம் வளர்ந்ததற்கு 'மெய்தி' மொழியின் பங்களிப்பை மறுக்கவோ மறைக்கவோ முடியாது.

இந்த நூல் வெளியிடும் நேரத்தில், மணிப்பூர் மாநிலம் பற்றி எரிவது, சனநாயகத்தில் நம்பிக்கை கொண்ட நம் அனைவரையும் உறைந்துபோகச் செய்துள்ளது. மக்களின் கைகளில், இன்னொரு கையாகத் துப்பாக்கிகள் இருப்பதும், மரணச் செய்திகள் வாடிக்கையாவதும், சாலைகள் யாவற்றிலும் இரத்தம் தெறித்து உறைவதும்... ... நிலைகுலையச் செய்வதுடன் வாழ்க்கையின்மீது ஏராளமான கேள்விகளை எழுப்புகின்றன.

இந்த இருண்ட வாழ்க்கையின் கடைசிப் புகலிடமாகக் கவிதைகள் இருக்கும்; இருக்க வேண்டும் என்பதற்காகத்தான், 'Indian Literature' இதழில் வெளிவந்துள்ள கவிதைகளைச் சேர்த்துள்ளோம். இந்த நூலுக்காக எஸ். பானுமதி தேவியின் கவிதைகளையும் சேர்த்துள்ளோம்.

யும்லெம்பம் இபோம்சா எழுதியுள்ள 'முதிய பெண்களும் சுவரொட்டியும்' என்னும் கவிதை, மணிப்பூரிக் கவிதையின் நவீனப் போக்கிற்கு ஓர் உதாரணம். கவிதையில் சுவரொட்டி (Poster) என்னும் சொல் இடம்பெறவே இல்லை. சந்தையில் ஒரு முதியவள் உதைபடுவதும், பீடிப்புகையை உள்ளிழுத்தபடியே, குழந்தைக்குப் பாலூட்டியவாறு, பேரம் பேசுவதில் கவனமாக இருக்கும் ஒரு பெண்ணும்தான் இந்தக் கவிதையில் காட்சிப்படுத்தப்பட்டுள்ளனர்.

முதலாளித்துவ உலகில் மனிதர்கள் வருவதும் போவதுமாக இருந்தாலும், இந்த வாழ்க்கை சுவரொட்டிபோல மாறாமல் இருப்பதை அபாரமாக உணர்த்தியுள்ளார் 'யும்லெம்பம் இபோம்சா' என்பதைப் புரிந்துகொள்ள முடிகிறது.

இயற்கையை, காதலைப் பாடிக்கொண்டிருந்த தொடக்க காலக் கவிதைகளைப்போல, இன்றைய மணிப்பூரி இலக்கியம் இல்லை. ஆனால், முகத்தில் அடிப்பதுபோல், அங்கதத் தொனியுடன் எழுதும் இபோம்சாவை இந்தத் தொகுப்பில் சேர்த்ததற்காகப் பெருமைப்படுகிறோம்.

"நம்மிடம் சோறு இல்லையென்றாலும்
நம் அரசாங்கத்தின் அமைச்சர்கள்
தங்களைத் தாங்களே விழுங்கிக்கொண்டு
காரில் வலம் வருகிறார்கள்.
நமக்காகச் சிந்திக்கிறார்கள்
அவர்கள் நம்மை நினைத்துப்
பரிதாபப்படுகிறார்கள்
இந்தப் புத்தாண்டுக்காக"

என்று கேலியும் கிண்டலுமாக நக்கலடிக்கும் இபோம்சா போன்ற கவிஞர்கள் நம் தமிழ்ச் சூழலுக்குத் தேவை.

மணிப்பூர் எரிந்துகொண்டிருக்கும் இத்தருணத்தில் வாழ்க்கையை மீட்டெடுக்க இலக்கியம் மலரட்டும். இலக்கியம் மலராமல், வாழ்க்கை மணப்பது எப்படி?

அன்புடன்
சென்னை **பா. இரவிக்குமார் & ப. கல்பனா**
08.07.2023

கவிதையைக் கடத்த முடியுமா துப்பாக்கிகளைப் போல?

கவிதை உலகிற்குள் நுழைந்த தொடக்க காலத்தில், அழகியல் என்றால் பூக்களை எழுதுவது, விண்மீன்களை அதிசயிப்பது, காதலில் உருகுவது என்று மட்டும்தான் கருதிக் கொண்டிருந்தோம். இயற்கையை வியப்பதிலும் காதலைக் கொண்டாடுவதிலும் தவறில்லை. ஆனால் கற்பனைகள் மட்டுமே வாழ்க்கையில்லையே? எந்தப் பூக்களை நிலம் சுமக்கிறதோ, அந்த நிலம் ஆதிக்கவாதிகளால் ஆக்கிரமிக்கப்படுகிறது. நிலத்தின்மேல் நிற்கும் மலைகள் ஒன்றுமில்லாமல் அழிக்கப்படுகின்றன. நிறமற்ற ஆறுகள் இரத்தத்தைச் சுமந்து சிகப்பு நிறமாகக் காட்சியளிக்கின்றன. அழகியல் என்பது வன்முறை நிறைந்த இந்த வாழ்க்கையின் எதார்த்தத்தைச் சித்திரிப்பதும்தான் என்பதை மொழிபெயர்ப்புக் கவிதைகள் எங்களுக்குக் கற்றுக் கொடுத்தன. அவ்வகையில் வாழ்க்கையின் எதார்த்தமே அழகியல். தெருவெங்கும் ரத்தத்தைப் பார்த்ததால்தான் நெரூடாவின் கவிதைகள் சரியான அழகியலை நோக்கி நகர்ந்தன.

'ஒரே நாடு, ஒரே கலாச்சாரம்' என்று வாய் கிழிய மேடைதோறும் முழங்கினாலும், அதிகார பலத்துடன் வரலாற்றைத் திரித்தாலும், இந்தியா என்பது பன்முகத்தன்மை கொண்ட நாடுதான். இந்திய மொழிகளுக்கும் மக்களுக்கும் வெவ்வேறு வரலாறுகள் இருக்கின்றன. வெவ்வேறு பண்பாடுகள். வெவ்வேறு வாழ்க்கைகள்.

பழங்குடிகளின் நல்வாழ்விற்கு இதைச் செய்கிறோம், அதைச் செய்கிறோம் என்று எவ்வளவுதான் பறைசாற்றினாலும், உண்மையில் அவர்களுடைய வாழ்வாதாரங்களைப் பறித்து,

மலையிலிருந்து வேரோடு அவர்களுடைய வாழ்க்கையைப் பிரித்து, மலைகளையும் அழித்த நாசகாரக் கும்பல்களை அடையாளம் காட்டுவதாக மணிப்பூர் இலக்கியங்கள் விளங்குகின்றன.

"அவர்கள் நம்மைச் சுடலாம்
ஆனால்
நம் குரல்களைச் சுமந்து வரும்
காற்றைக் கொல்ல முடியாது"

என்னும் ராபின் எஸ். நங்கோமின் கவிதையை இப் பின்னணியிலேயே புரிந்துகொள்ள வேண்டியுள்ளது.

'மெய்த்தி' மொழியைப் பேசியவர்களே இன்று மணிப்பூர் மொழியைப் பேசுகிறார்கள். அதிகாரபூர்வமாக அவர்கள் எழுதுவதும் பேசுவதும் 'மணிப்பூர் மொழி' என்று அழைக்கப்படுகிறது. அஸ்ஸாம், திரிபுரா, நாகாலாந்து, மேகாலயா, மிசோரம் போன்ற இடங்களில் மெய்த்தி மொழி பேசியவர்கள் இடம்பெற்றிருக்கிறார்கள். மணிப்பூர் என்று இன்று அழைக்கப்படும் இடத்தில், குடிபெயர்ந்தவர்களின் ஆதிமொழியே 'மெய்த்தி'. அவர்களுடைய வாழ்க்கையின் இன்றைய நிலை குறித்து நங்கோம் எழுதுகிறார்:

"படுகொலை
ஓர் உரைகல்லாக மாறிய பிறகு
மக்களைக் குற்றவாளியாக்குவது
சாத்தியமாகிவிட்டது.
கலாச்சாரமும் கொலையும்
சமமான இருத்தலில்
நிலைத்திருக்கின்றன"

இந்தக் கவிதை உரைக்கும் உண்மையைத்தான் 'அழகியல்' என்று வரையறை செய்ய விரும்புகிறோம்.

வடகிழக்கு மாநிலங்கள் இனி அமைதிப் பூங்காவாகத் திகழும் என்று அரசியல் தலைவர்கள் பேசினாலும், அவ்வப்போது ராணுவம் முற்றுகையிடும் அவலநிலை தொடரத்தான் செய்கிறது. சொந்த நாட்டில் இப்படிப்பட்ட நிலைகள் தொடர்வது துரதிர்ஷ்டவசமானது.

வடகிழக்கு மாநிலக் கவிதைகள் தமிழில் போதிய அளவு அறிமுகப்படுத்தப்படாததால், மணிப்பூரிக் கவிதைகளை மட்டும் மொழிபெயர்ப்பது என்று முடிவு செய்தோம். மேகாலயா, திரிபுரா, மிஸோரம், மணிப்பூர், நாகாலாந்து, அருணாச்சலப் பிரதேசம், அஸ்ஸாம் போன்ற மாநிலங்களின் கவிதைகள் தமிழில் ஓரளவே அறிமுகமாகியுள்ளன. இம்மாநிலங்களில் வெளியிடப்பட்டுள்ள கவிதைகளை மொழிபெயர்க்க வேண்டும் என்று நாங்கள் விரும்பினாலும், தற்போது மணிப்பூரிக் கவிதைகளை மட்டுமே மொழிபெயர்த்துள்ளோம்.

சாகித்திய அகாடமி ஆங்கிலத்தில் வெளியிட்டுள்ள *Indian Literature* இதழிலிருந்து கவிதைகளையும், வடகிழக்கு மாநிலங்களில் உள்ள 'ரூப்கதா' இதழிலிருந்து கட்டுரையையும் இந்நூலுக்கென்று மொழிபெயர்த்துத் தந்துள்ளோம். எஸ். பானுமதிதேவி, ராபின் எஸ். நங்கோம், சரட்சந்த் தியாம், கம்பனி சொரொக்கைபம், யும்லெம்பம் இபோம்சா, தங்ஜம் இபோபிஷக் ஆகிய ஆறு கவிஞர்களின் கவிதைகள் மட்டுமே மொழிபெயர்க்கப்பட்டுள்ளன. மணிப்பூரிக் கவிதைகளின் ஒட்டுமொத்த முகத்தை இம்மொழிபெயர்ப்புகளின் வழியே உணரமுடியாது எனினும், மணிப்பூரி இலக்கியத்தின் சமகாலப் போக்கை ஓரளவு உணர இம்மொழிபெயர்ப்பு உதவும் என்று நம்புகிறோம்.

மணிப்பூர் இலக்கியத்தின் அடிப்படைகளைப் புரிந்துகொள்ள வேண்டும் என்ற நோக்கத்தில்தான் பேரா. ஷேத்ரிமாயும் பிரேம் சந்திராவின் கட்டுரை இத்தொகுப்பில் மொழி பெயர்க்கப்பட்டுள்ளது. மணிப்பூர் இலக்கியத்தின் (கவிதைகள்) பின்புலத்தைப் புரிந்து கொள்ள அக்கட்டுரை உதவும் என்று நம்புகிறோம். 'மணிப்பூரி இலக்கியத்தில் யாவோல் கவிதையின் எழுச்சி' என்னும் கட்டுரையின் சாரம், வாசகர்களின் புரிதலுக்காகத் தரப்பட்டுள்ளது.

மணிப்பூரின் பண்பாடு, கலை, விளையாட்டு, வரலாறு முதலியவற்றை இம்மொழிபெயர்ப்பு முழுவதுமாகப் பிரதிபலிக்கவில்லை என்பதை நாங்கள் அறிவோம். ஆனால் மணிப்பூரின் அரசியலை இம்மொழிபெயர்ப்பு வெளிப்படுத்தியுள்ளதாகவே கருதுகிறோம். உண்மையில், ஆழமான கவிதைகள்தாம் சரியான அரசியலை மறைமுகமாகப்

பேசும் தன்மையுடையன. அச்சத்தின் காரணமாக, கல்விப்புலத்தில் பணிபுரியும் பேராசிரியர்களும் ஆய்வாளர்களும் மௌனமாக இருக்கக்கூடும். ஆனால், ஒரு கவிஞனால் அப்படி இருக்க முடியாது.

“கவிதையைக் கடத்த முடியுமா
துப்பாக்கிகளைப் போல?
அல்லது
போதைப் பொருளைப் போல?
எங்கள் எல்லைகளை
இரத்தத்தால் வரைந்துள்ளோம்.
எம் தாய்மொழியில் எழுதுவதற்குக்கூட
எங்கள் நரம்புகளைக் கீறுகிறோம்.
எங்கள் நாக்குகள்
காகிதத்தோல் இரத்தத்தை நக்குகின்றன.

வெட்டப்பட்ட வேர்களின் வலிகளாக உணர்ந்து அவர்கள் கவிதைகளைப் படைப்பதற்கு அவர்களுடைய சூழலே காரணம். இந்தியா முழுவதும் புவியியலும் வரலாறும் வேறு வேறாக இருந்தாலும், ஆதிக்க அரசியல் மக்களின் வாழ்க்கையைச் சூறையாடுகின்ற நிலை இன்னும் நீடிக்கத்தான் செய்கிறது. நீர்நிலைகளும் மலைகளும் நிலங்களும் பறிபோவதைக்கூட அறியாமல், இங்கு எல்லாமே நன்றாக இருப்பதான பாவனைகளுடன் வாழப் பழகிவிட்டதுதான் பரிதாபம்.

தங்ஜம் இபோபிஷக் எழுதிய ‘அமெரிக்கக் குடை’ என்னும் தலைப்பில் அமைந்த கவிதை, மணிப்பூர் கவிஞர்களின் உலகப் பார்வைக்கு ஓர் உதாரணம். உலக அரசியலையும் அவர்கள் கூர்மையாகக் கவனிக்கிறார்கள்.

“நாம் ஒவ்வொருவரும்
ஒரு குடையைச்
சொந்தமாக வைத்திருக்கிறோம்.
மடிக்கக்கூடிய
மற்றும்
திறக்கக்கூடிய
ஒரு குடை.
நாம் அதைப் ‘போர்ட்டபிள்’ என்று

அழைக்கலாமா?
ஏனெனில் அதை மிகச் சிறிதான அளவில்
எடுத்துச் செல்ல முடியும்.
கிளிண்டனைப் பொறுத்தவரை
அக்குடை
நிழல் தருவதற்காக அல்ல,
ஆனால் ரகசியமாக முத்தமிடுவதற்காக."

மொழிபெயர்க்கும் பொழுதில் தங்ஜம் இபோபிஷக்கின் துணிச்சலை வெகுவாக ரசித்தோம். இதே துணிச்சல் நம் கவிஞர்களுக்கு வர வேண்டும். அச்சமும் பேடிமையும் அடிமைச் சிறுமதியும் இல்லாத, விருதுகளுக்கென்றே கவிதை எழுதாத ஒரு தலைமுறைக் கவிஞர்களை நாம்தாம் உருவாக்க வேண்டும். அதற்கு இத்தொகுப்பில் இடம்பெற்றுள்ள சில கவிதைகளாவது உதவும் என்று நம்புகிறோம்.

வளமுடைய பகுதியாக மணிப்பூர் விளங்கினாலும், அங்குள்ள இலக்கியங்களில், இரத்த ஆறு ஓடுவதற்குக் காரணம் ஏகாதிபத்திய ஆதிக்க அரசுகளின் அரசியல் நெருக்கடிதான் என்பதை உணர இயலுகிறது. எண்ணற்ற காடுகளை அழிப்பது, மலைச்சரிவுகளில் தேயிலைத் தோட்டங்களை உருவாக்குவது, தொழிலாளர்களின் வாழ்க்கையைச் சிதைப்பது, பெண்களைப் பாலியல் வன்கொடுமைகளுக்கு உள்ளாக்குவது என்று, வாழ்க்கையின் சகல நெருக்கடிகளையும் சந்திக்கும் இடமாக மணிப்பூர் விளங்குகிறது. மனசாட்சியுள்ள கவிஞர்கள் தங்கள் கவிதைகளில் இவற்றைப் பதிவு செய்துள்ளனர். ஒன்றுமே நடக்காததுபோல் வரலாற்றில் மௌனமாக வாழ்வது என்பது குற்றவுணர்வுகளுக்கு ஆளாக்கி, நம்மை நிலைகுலையச் செய்கிறது.

இவற்றை வாசிக்கும் வாசகர்களின் மனதில் சிறு சலனத்தை இந்நூல் ஏற்படுத்தினால், அதுவே எங்களுக்குப் போதுமானது.

இந்நூலில் மொழிபெயர்க்கப்பட்டுள்ள சில அங்கதக் கவிதைகளின் மையமாக வேதனையும் அதிர்ச்சியும் உறைந்திருப்பதை வாசகர்கள் உணர்வார்கள் என்பது எங்கள் நம்பிக்கை.

இக்கவிதைகள், தமிழ்ச் சூழலுக்கும் பொருந்தும் என்றே நம்புகின்றோம். சுற்றுச்சூழலை அழிப்பது, தொழிலாளர்களை நசுக்குவது, பாலியல் வன்கொடுமைகள் முதலியன இங்கு அவ்வளவு வெளிப்படையாக நடைபெறுவதில்லை. அவ்வளவுதான் நமக்கும் வடகிழக்கு மாநிலங்களுக்கும் உள்ள வேறுபாடு.

தமிழ்மொழிக் கவிதைகளில் உள்ள சொற்செட்டும் செறிவும் மணிப்பூர் கவிதைகளில் இல்லாமல் இருப்பது ஒரு குறைதான். பெரும்பாலும், நீண்ட கவிதைகளையே மொழிபெயர்க்கும்படி நேர்ந்துவிட்டது.

இத்தொகுப்பில், மனித வெடிகுண்டு, ஒரு கனவின் கதை, கடிதம், வெற்றி பெற்றவர்களின் போர்க்களம் முதலிய கவிதைகள் மணிப்பூர் இலக்கியத்தின் முகத்தைப் புரிந்துகொள்ள உதவும் என்பது எங்கள் நம்பிக்கை. அன்பின் ஆழத்தைப் பேசும் சில அகவயமான கவிதைகளும் இருக்கின்றன.

ஆற்றின் கன்னத்தில் தாழ்ந்து முத்தமிடும் மரங்களையும் ரகசியமான புற்களையும் ஆழமாக நகரும் ஆறுகளையும் மணிப்பூரிலிருந்து தமிழுக்குப் பெயர்க்கும் முயற்சிக்கு உதவிய நண்பர் செந்தில்நாதனுக்கும் எங்களுக்குத் தொடர்ந்து ஆதரவு தரும் வாசகர்களுக்கும் நன்றி.

'வாழ்க்கையும் ஒரு சாலைதான்
சாலையின் எல்லை
கண்டிப்பாக இருக்கவேண்டும்'

என்று ஒரு கவிதையின் வரி இத்தொகுப்பில் இடம்பெற்றுள்ளது

நம் சாலைகளின் எல்லைகளை வரையறுத்துக் கொள்வதற்கு இந்நூல் துணைபுரியும்.

பா. இரவிக்குமார் & ப. கல்பனா

References
Books
1. *Indian Literature, Sahitya akademi's bi-monthly journal, (In focus: Poetry from North-East, Konkani and Malayalam plays, Second tradition: Jataka tales) 197, May-June 2000,*

Vol. XLIV No. 3, Ed. Ramakanta Rath, Gopi Chand Narang, K. Satchidanandan & H.S. Shiva Prakash, New Delhi - 110001.

2. *Indian Literature, Sahitya akademi's bi-monthly journal,* (Highlights: Contemporary Manipuri Literature, Centenary tribute: Kalindicharan Panigrahi, Tagore's Char Adhyay) *211, Sep-Oct 2002, Vol. XLVI No. 5, Ed. Ramakanta Rath, Gopi Chand Narang, K. Satchidanandan & Nirmal Kanti Bhattacharjee, New Delhi - 110001.*

3. *Indian Literature, Sahitya akademi's bi-monthly journal, 259, Sep-Oct 2010, Ed. Sunil Gangopadhyay, Sutinder Singh Noor, Agrahara Krishna Murthy & Subodh Sarkar, New Delhi - 110001.*

Journal
1. *Rupkatha Journal, Vol. 14, Issue 2, April-June, 2022.*

□ கவிதைக்கான காலாண்டிதழான 'இடைவெளி'யில் (ஜனவரி 2023) இடம்பெற்ற முன்னுரை.

ஒடுக்க வேண்டாம்

எஸ். பானுமதி தேவி

பார்வையற்றவர்களை ஒடுக்க வேண்டாம்.
ஆம், அழகான பார்வையற்றவர்களை.
நாம் எல்லாவற்றையும் பார்க்க முடிந்தால்
ஒலி மற்றும் அதன் எதிரொலியைக் கேட்க முடிந்தால்,
என்ன செய்வோம் நாம் இப்பொழுது?
ஏனென்றால்
வெளிப்படுத்துவதற்கான நமது பலம் எதுவும்
இல்லாமல் போய்விட்டது இப்போது.

எம்மிடம் எந்தத் தைரியமும் இல்லை,
மேலும் நாம் இன்னும் கொஞ்சம்
உயிருடன் இருக்க விரும்பினால்,
நம் ஆன்மாக்களை இழக்க நேரிடலாம்.
எனவே,
பார்வையற்றவர்களை ஒடுக்க வேண்டாம்.
ஆம், அழகான பார்வையற்றவர்களை.

நாம் வாழப் பிறந்தவர்கள்
நாம் நமது கடமையைச் செய்ய வேண்டும்,
நாம் தகவலைக் கொடுக்கவேண்டும்.
நமது இறுதி மூச்சு வரை
யதார்த்தத்தைத் தேட வேண்டும்
எனவே,
பார்வையற்றவர்களை ஒடுக்க வேண்டாம்.
ஆம், அழகான பார்வையற்றவர்களை.

எதுவும் கேட்க வேண்டாம்.
அங்கே உள்ளே என்ன நடக்கிறது என்று.
நம் பல்லும் நகமும் உடைந்திருக்கலாம்,

பேசும் தைரியம் நம்மிடம் இல்லை.
நம் தலையில் அடிபடாதவாறு பார்த்துக்கொள்ளவேண்டும்.
நாம் எதையும் உயர்த்தக் கூடாது.
நீயும் ஒரு மனிதன்.
நானும் ஒரு மனிதன்.

நாம் நமது கடமையைச் செய்ய வேண்டும்

எனவே,
பார்வையற்றவர்களை ஒடுக்க வேண்டாம்.
ஆம், அழகான பார்வையற்றவர்களை
மீண்டும்
ஒடுக்க வேண்டாம்.

                 □ 'ஹைகட்லுரானு'வில் இருந்து
                 மொழிபெயர்த்தவர் ஆர்.கே. மதுபிர்

அம்மாவுக்காக

எஸ். பானுமதி தேவி

காலம் மிகக் கொடுமையாகிவிட்டது, அம்மா.
நீ விரும்பிய உண்மை
நீ விரும்பிய அன்பு
அவை மறைந்து மூழ்கின
காலத்தின் பேராற்றில்.

பழைய மற்றும் புதிய கரைகள் இரண்டும்
இணைந்திருக்கும் இடம்
ஒன்றோடு ஒன்று குழம்பி,
இடிபாடுகளுக்குள் விழுந்துவிட்டது.

பூமியின் மடியில் இருந்து மீட்டெடுத்து
ஒன்று சேர்க்க முடியாது அவற்றை.
வாழ்வுக்கும் சாவுக்குமான போரில்
நெருப்பு ஆறுகள் பீறிட்டுக் கிளம்பின.

இந்த உலகில்
பாதி மனிதகுலம் இறந்துவிட்டது.
மீதி மனிதகுலம் இறந்தவர்களாக மாறிப்போனது.

சுதந்திரத்தின் ஆண்டுவிழாக்கள் வருகின்றன
இடைவிடாது பழையபடி

ஆனால்
அவற்றால் கொண்டு வரமுடியவில்லை அம்மா
உந்தன் புன்னகையை.

மாற்றங்கள் வாழ்க்கையை மாற்றியமைக்கும்.

சூரிய மண்டலத்தின் இயக்கமும் கூட
எப்பொழுதும் ஒரே நிலையில் இருந்ததில்லை.
இருப்பில் உள்ள அனைத்தும் மாறினாலும்
மாற்றங்கள் மனிதகுலத்தை அச்சுறுத்தினாலும்
அவிழ்ந்து மெதுவாக வானத்தைத் தொடும்
மூவர்ணத்தைப் பார்ப்பதற்காக,
என்னால் நினைக்காமலிருக்க முடியவில்லை, அம்மா.
உங்கள் குழந்தைகள் உண்மையான தியாகிகள்.

சுயநல எண்ணங்களை விட்டுவிட்டு
நாட்டிற்காக மட்டுமே சிந்திப்பது
அவர்களின் இதயங்களுக்குள்ளே தழுவியபடி.

பாரதவர்ஷத்தின் மகத்தானவர்கள்
தங்கள் இரத்தத்தைச்
சுதந்திரத்திற்காகத் தியாகம் செய்தார்கள்.
புன்னகையுடன் உயிரைத் துறப்பவர்கள் அவர்கள்
இதயபூர்வமானவர்கள் அவர்கள்.
பாசாங்கற்றவர்கள்.
தன்னை மட்டும் தேடி
தன்னை மட்டும் சிந்தித்துப்
பிறருடைய உரிமைகளை அடக்கி
பிச்சைக்காகச் சுற்றிச் சுற்றி...
அவர்கள் அப்படி இல்லை.

மனித வாழ்வுக்குச் சவால்விடுத்து
கொள்ளையடிப்பவர்கள் அவர்கள் அல்ல.
மற்ற இதயங்களுக்கு வலியைக் கொடுத்து
அவர்கள் 'தியாகி' பட்டத்தைப் பறிப்பதில்லை.

அவர்கள் உன் வயிற்றிலிருந்து உதித்த
உண்மையான மகன்கள், அம்மா.

ஆனால் இன்று?

குறுகிய உணர்வுகள் காரணமாக

எதேச்சதிகாரத்தில் ஈடுபட்டு,
எதையும் பொருட்படுத்தாமல்
சத்தியத்தைக் கைவிட்டு
இவ்வாறு
இரத்தத்தால் கறைபடிந்துள்ளது
உன் உடல், அம்மா.

இந்த இரத்த ஆற்றுக்கிடையில்
என் முன்னே நிற்கிறார்கள்
காந்தி, சுபாஷ், குதிராம், பகத்சிங்.

அவர்கள் சொல்லிக் கொடுக்க விரும்புகிறார்கள்:
"தேசபக்தி என்றால் என்ன?
தியாகம் என்பதன் பொருள் என்ன?"

அம்மா,
உன்னைக் காப்பாற்ற வேண்டும்
என்ற ஆசையில்
அவர்களின் ஆன்மாக்கள்
பறந்து கொண்டிருக்கும்.
இன்றும் பாரதபூமியைச் சுற்றி
எல்லாம் உனக்காக, இல்லையா அம்மா?

இன்றும் நீ கேட்கலாம்,
இமயமலையில் இருந்து
தொடங்கி,
கங்கை, யமுனை, கிருஷ்ணா, காவேரி
ஆகிய நதிகளின்மீது வீசும்
குளிர்ந்த காற்றின் ஒலியையும்
ஒவ்வொரு இதயத்தையும் மூழ்கடிக்கும்
இடைவிடாத நீரோட்டங்களில் தாளமிடும்
அழகிய பாடலையும்.

வந்தே மாதரம்
சுஜலாம் சுபலாம்

மலையஜ ஸ்ரீதலாம்
சஸ்யஷ்யாமலாம்
மாதரம்
வந்தே மாதரம்.

ஸு ப்ரா ஜ்யோத்ஸநா புலகிதாயாமிநீம்
புல்லகுசுமிதா த்ருமதுள ஷோபிநீம்
ஸு ஹாஸிநீம்
ஸு மதுர பாஸிநீம்
ஸு கதாம் பரதாம் மாதரம்
வந்தே மாதரம்.

□ 'இமாகிடமக்னி' என்ற மணிப்பூரி தலைப்பிலிருந்து
மொழிபெயர்த்தவர் ஆர்.கே. ப்ரோஜென்

முதல் மழை

ராபின் எஸ். நங்கோம்

மலைகளுக்குச் செய்திகளைக் கொண்டுவரும்
மே மாதத்தின் முதல் கடிதம் போல
இந்த முதல் மழை.

குன்றின் விளிம்பில்
அமர்ந்திருக்கும் வீடுகளைப் போல
நான் என் வறிய குழந்தைப் பருவத்தைவிட
அதிக நாட்கள் நாடுகடத்தப்பட்டேன்.

தடுமாறிக்கொண்டிருக்கும்
பதினைந்து வயது இளைஞனாக
பயங்கரவாதம், போதைப்பொருள்
மற்றும் நாகரிகமான கொள்ளைநோய்
போன்றவற்றைக் குழந்தைகளிடம் ஒப்படைத்த
எனது முற்போக்கான பூர்வீக மக்களை
நான் விட்டுவிட்டேன்.

மகிழ்ச்சியாயிருப்பதா?
மறப்பதா?
அல்லது
நினைப்பதா?
நினைத்து வருத்தப்படுவதா?
எது சிறந்தது?
ஒரு முட்டாள் பையன்
ஒரு மனிதனாகக் காத்திருக்க முடியாது.
குளிர்காலத்தைப் பூசித்தவாறு
கவிதை எழுதுவதற்காக
வீட்டை விட்டு வெளியேறுகிறான்.

படுகொலை
ஓர் உரைகல்லாக மாறிய பிறகு
மக்களைக் குற்றவாளியாக்குவது
சாத்தியமாகிவிட்டது.

கலாச்சாரமும் கொலையும்
சமமான இருத்தலில்
நிலைத்திருக்கின்றன.

தாய்மார்களின் மார்பிலிருந்து
குழந்தைகள் எப்படிச் சுட்டு வீழ்த்தப்பட்டனர்
என்று நான் சொன்னால்,
கவிஞர்களின்
மிகைப்படுத்தப்பட்ட இதயத்திற்கு அருகே
அச்செய்தியை வைப்பீர்கள்,
ஆனால்
தலைநகரை நோக்கிக்
கூட்டம் கூட்டமாகச் செல்லும்
தலைவர்களை மட்டுமே
நீங்கள் நம்ப விரும்புவீர்கள்.
பின்னொரு நாளில்
மந்திரங்களை உச்சரிக்கும் மந்திரவாதிகளாக
அவர்கள் மாறிப்போவதையும்
பார்ப்பீர்கள்.

அழிந்துபோகும் அபாயத்திலுள்ள
ஒரு விலங்குக்கும்
அதன் துணை மற்றும் குட்டிகளுக்கும்
ஒரு குகை தேவை.

நானும் விதிவிலக்கானவன் இல்லை.
எனக்குக் காலை வேண்டும்,
அதன் பிரகாசமான இரத்தத்திற்காக.
இரவை நான் கைப்பற்ற வேண்டும்.

என் நாட்களை மாற்ற ஒரு நாளும் இல்லை.

நான் மலைகளைக் கவனிக்கும்போது
என் வாழ்க்கையின் குரல்களைக் கேட்கிறேன்.
விஸ்கி, மெஹ்தி ஹாசன்,
பில்லி ஹாலிடே ஆகியவை
விவரிக்கப்படாத மாலைகளில்
விசித்திரமான கனிகளை உருவாக்குகின்றன.

அவர்களால் நம்மைத் தடுக்க முடியும்.
ஆனால் நம் எண்ணங்களை அல்ல.
அவை தெருவில் வருவதை
அவர்களால் தடுக்க முடியாது.

அவர்கள் நம்மைச் சுடலாம்
ஆனால்
நம் குரல்களைச் சுமந்துவரும்
காற்றைக் கொல்ல முடியாது.

என் அன்பே
நீ இன்னும் தூங்குகிறாய்
விடியும்வரை
இந்த இரவை மழை சுமந்துசெல்லும்போது
உன்னைப் பற்றிய கனவுகளுடன் படுத்தபிறகு
நான் மற்றொரு நாளில்
ரொட்டி மற்றும் செய்தித்தாள்களில் விழிக்கிறேன்.

இறக்கும் சாம்ராஜ்யத்தின்
கடைசி புறக்காவல் நிலையத்திற்கு
விரட்டப்பட்டேன் நான்.
அதன் நினைவுச் சின்னங்கள்:
பெண்ணின் சிறுகுடைகள், பியானோக்கள்,
சரிகை மற்றும் கல்லறைகள்
பழங்குடியினரின் கலைப்பொருட்களாகிவிட்டன:

நான் ஜாதகங்களைப் பின்தொடர்ந்தேன்.
சத்தியங்களும் சாபங்களும்
என்னைப் பின்தொடர்ந்தன.
ஒரு நாள் சுக்கிரன் என்னுடையது.
மகிழ்ச்சியும் தேனும் என்னுடையது.
மற்றொரு நாள்
சனியைச் சாந்தப்படுத்த முடியவில்லை.
இப்போது எனக்கு நாற்பது வயது.
அடிக்கடி கோபம், பயம்.
என் சின்னஞ்சிறிய மகளின் முகத்தில்
ஒரு கணம் அமைதி காண்கிறேன்.

நான் உன்னைச் சந்திக்கும் முன்
அறியாமையால்
என் கனவுகள் மட்டுப்படுத்தப்பட்டன.
சில நேரங்களில்
இரவில்.
நான் என் கடந்த காலத்தின்
இரண்டு துளிகளை
என் கண்களில் நிரப்புவேன்.
ஆனால் அவை தூங்க மறுத்துவிட்டன.

கவிதையைக் கடத்த முடியுமா
துப்பாக்கிகளைப் போல?
அல்லது
போதைப்பொருளைப் போல?

எங்கள் எல்லைகளை
இரத்தத்தால் வரைந்துள்ளோம்.
எம் தாய்மொழியில் எழுதுவதற்குக் கூட,
எங்கள் நரம்புகளைக் கீறுகிறோம்.
எங்கள் நாக்குகள்
காகிதத்தோல் இரத்தத்தை நக்குகின்றன.

நான் கொள்ளைபோன என்
நெரூடாவைப் படித்தேன்.
சில சமயங்களில்
மங்கிப்போகும் பிடில்களையும்
என் பூர்வீக நிலத்தின்
மெல்லிய குரல்களையும் கேட்கிறேன்.

வெட்டப்பட்ட வேர்களின் வேதனை நான்.
வீடற்றவர்களின் பயம் நான்.
முன்னாள் முத்தங்களின் விரக்தி நான்.
என் எதிரிக்கு எவ்வளவு நிலம் தேவை?

என் அன்பே,
ஏன் என் வாழ்வின் இருளில் மங்கி,
மலையை நீண்ட நேரம் வெறிக்குமாறு
என்னை விட்டுவிட்டாய்?

நான் வெட்டப்பட்ட வேர்களின் வலி.
இறுதிமழை ஏற்கனவே இங்கே உள்ளது.
நான் என் நிலத்தின்
இடைவெளிகளோடான வயல்களையும்
அதன் அழும் மேய்ச்சல் நிலங்களையும்
விடியற்காலையில் விட்டுச் சென்றுவிடுவேன்.

ஓநாய்கள்
எங்கள் அன்பான மலைகளைக் கிழிக்கட்டும்.
என் பால்ய காலத்தின்
தோட்டங்களிலுள்ள
மூங்கில் புதர்களைப்
பூக்குமாறு விட்டுவிடுவேன் அப்படியே.
ஒரு காலத்தில் எனது பூர்வீக நிலமாக இருந்த
அதன் மேலோட்டமான வரைபடத்தை
எலிகள் கடித்துத் தொலையட்டும்.

◉

இறுதிச் சடங்குகளும் திருமணங்களும்

ராபின் எஸ். நங்கோம்

திருமணம் மற்றும்
இறுதிச் சடங்குகளுக்குச் செல்வதை
நிறுத்திவிட்டேன் நான்.
எந்தவொரு பொது துக்கமும் மகிழ்ச்சியும்
பதற்றம் அடையச் செய்கின்றன, என்னை.
ஆடம்பரம் என்னை வாட்டுகிறது.
மேலும் ஒரு முள் பட்டை
சுருக்குக் கயிற்றுடன்
என் கழுத்தில் மென்மையாக இருப்பதை
நான் வெறுக்கிறேன்.

இரக்கம் இல்லாதவனாகிவிட்டேன்
என்பதல்ல.
எங்கேயாவது மகிழ்ச்சி கிடைத்தால் கிடைக்கட்டும்
என்று மக்களை வாழ்த்த நினைப்பேன்.
துக்கம் அநுசரிப்பவர்கள்
சாப்பிட்டுவிட்டு வெளியேறிய பிறகு
என்னால் முடிந்தால்,
துக்கத்திலிருப்பவர்களுக்கு
மறைமுகமாக உதவுவேன்.
உண்மையிலேயே
பழகும் பாங்கற்றவனாகிவிட்டேன்.

திருமணம் மற்றும்
இறுதிச் சடங்குகளின் செயல்திறனைப் பற்றி
நான் அடிக்கடி ஆச்சரியப்படுகிறேன்.
எனது சொந்தத் திருமண விருந்தின்போது

என்னைப் பார்த்து
மற்றவர்கள் கவலைப்பட்டதாலா?
அல்லது
சில விசித்திரமான காரணங்களுக்காக
எனது நண்பர்களும்
விருந்தினர்களும் வரவில்லையா?

இறுதிச் சடங்குகளைப் பொறுத்தவரை,
இறந்தவர்களின் வீடு
உங்களைச்
சுயநலமாக வைத்திருக்க முடியாவிட்டால்,
ஏன் யாரையாவது
ஆறுதல்படுத்த விரும்புகிறீர்கள் என்று
எனக்குத் தெரியவில்லை.

உங்களிடம் நெருங்கிப் பழகியவர்களிடமிருந்தும்
உங்களுடைய விலைமதிப்பற்ற
உறவுகளிடமிருந்து மட்டுமே
உங்களுக்கு
அரவணைப்புகள் மற்றும் முத்தங்கள் தேவை.

நான் சட்டவிரோதமாக
நேசிக்கும் பெண்ணைத் தவிர
வேறு யாராலும்
என்னை ஆறுதல்படுத்த முடியாது.

ஆனால் திருமணங்கள்
அல்லது
இறுதிச் சடங்குகளில்
கலந்து கொள்ளாததற்காக
நான் தணிக்கை செய்யப்பட விரும்பவில்லை.
மக்கள் என்னைத் திருமணங்களுக்கு
அழைக்கக் கூடாதென்றும்
பழைய அறிமுகமானவரின்
மரணச் செய்தியைக்

கொண்டு வரக்கூடாது என்றும்
நான் விரும்புகிறேன்.

என்னால் முடிந்தால்
என் சொந்த இறுதிச் சடங்கில்கூட
நான் கலந்து கொள்ள மாட்டேன்.

நான் வீட்டிற்குத் திரும்பிய நாள்
எனக்கு நினைவிருக்கிறது.
என் தந்தையையும் பார்க்காமல்,
என் அத்தை வீட்டிற்குச் சென்றேன்.

நான் நீண்ட காலமாக ஊரில் இல்லாதபோது,
என் அத்தைமகன்
இறந்துவிட்டதைக் கேள்விப்பட்டுத்
துக்கம் விசாரிக்கப் போனேன்.
அத்தையின் துக்கத்தைப்போல்
துக்கப்பட முயன்றேன்.

என் கண்களில்
சில கண்ணீர்த்துளிகளை
வரவழைக்க முயற்சி செய்தேன்.
ஆனால் நாய் போலத்
தும்மல்போட மட்டுமே முடிந்தது.

அதன் பிறகு,
எனது அத்தைமகனின் சகோதரி,
எனது மற்றொரு அன்பான சொந்தக்காரி,
யாருடைய உடலில்
முதன்முதலில் என் மென்மையான வாயால்
ஒரு திரவப் பாடலை
என் இளம்வாயால் பாடினேனோ
அவள்...
அன்னாசிப்பழத்தைச் சாப்பிடக் கொடுத்தாள்.
நாங்கள் ஒருவரை ஒருவர் பார்த்துச்

சிரித்துக் கொண்டோம்.
எங்கள் குழந்தைப் பருவ விளையாட்டுகளில்
செய்ததுபோலவே
மீண்டும் என்னைப் பாதுகாக்க
என் கனவில் என் அத்தை மகன் தோன்றினான்.
அவன் என்னைவிட்டுச் செல்ல
நீண்ட நேரம் ஆனது.
அவன் என்னை வேட்டையாடவில்லை
என்பதை உறுதிப்படுத்த
நான் மூன்று முறை துப்ப வேண்டியிருந்தது.

பம்பாயின் குடிசைவாசிகள் குறித்த
திரைப்படம் ஒன்று
நினைவுக்கு வருகிறது.
கண்ணீருக்கும் எரிப்புக்கும் பிறகு
அவர்கள் தங்கள்
ஆரஞ்சுநிற மதுப்புட்டிகளை
வெளியே எடுத்துக் குடித்துவிட்டு
நிஜமாகப் பந்தாடுவர்.
நான் கலந்து கொள்ள விரும்பும்
ஓர் இறுதிச் சடங்கு அது.

⊙

கணிப்புகள்

ராபின் எஸ். நங்கோம்

சிவப்பு அங்கிகள் நடைமுறையில் இருக்கும்.
கத்திரிக்காய்களில் ஏணிகள் பயன்படுத்தப்படும்.
கற்கள் மிதக்கும்.
பருத்தி மூழ்கும்.
தண்ணீரை எண்ணெயாகக் கொண்டு
பூமி ஒரு திரி போல் எரியும்.

சகோதர மீட்பரே,
சொர்க்கத்திலிருந்து வீழ்ந்த தியாகியே
நீங்கள்
என் குழந்தைப் பருவத்தைப் பறித்துவிட்டீர்கள்.
நிலவையும்கூட.
இந்த தேவ வாக்குகளைச் சுருட்டி
இரத்தம் தோய்ந்த வானத்தில்
விட்டுவிட்டுச் சென்றுவிட்டீர்.
வரைபடக் கலைஞராகக்கூட இல்லாத நீங்கள்,
வரைபடங்களை மீண்டும் வரைகிறீர்கள்,
தெருக்களின் பெயர்களை மாற்றுகிறீர்கள்.
என் கவிதைகளை வேட்டையாடும்
மிக அழகான பெண்களின் தலையை
மொட்டையடித்த பிறகு.

வேறு யாரையும்விட அதிர்ஷ்டசாலி நீங்கள்.
நீங்கள் ஒருபோதும் துன்பப்பட மாட்டீர்கள்.
வழிதவறிய தோட்டாவைப் போன்ற
எங்களைப்போல்
உங்கள் உதடுகளில் ஒரு பாடலுடன்
நீங்கள் இறந்துவிடுவீர்கள்.
உங்கள் தோல் ஜாக்கெட்டுகளில்,

நீங்கள் ஒருபோதும் வயதாகவோ
அல்லது அவலட்சணமாகவோ ஆக மாட்டீர்கள்.
ஏனென்றால்,
உங்கள் சட்டைப் பையிலுள்ள
தாயத்து போல
வரலாற்றை மெருகூட்டுவீர்கள்.
கூண்டில் அடைக்கப்பட்ட புலிகளைப் போல
நீங்கள் பாடிக்கொண்டே சாவீர்கள்.
வெள்ளையுடை தரித்த பெண்கள்
புகையில்லா ஊதுவத்திகளைத் தாங்கி
நூறு ஆண்டுகள்
துக்கம் அநுசரிப்பார்கள், உங்களுக்காக.

☉

லைதும்க்ராஹ்

ராபின் எஸ். நங்கோம்

தனிமையான மழையில் நிற்கும்
இருண்ட நினைவுச்சின்னங்களை
யாரும் பார்ப்பதில்லை.
அவற்றின் உச்சிகள் (தலைகள்)
வானத்தின் தளர்ந்த தோள்களை நம்பி,
இறந்தவர்களைப் பார்க்க
யாரும் நிற்க மாட்டார்கள்.
வாழ்த்துச் சிட்டுக்குருவிகள்
காலையில் அதட்டப்பட்டன,
அழுக்கு நுரையில்
புதிய அப்பங்கள் நடப்பதைப் பற்றி
யாரும் கவலைப்படுவதில்லை.
அல்லது
உள்ளூர் தபால் நிலையத்திலிருந்து
வானத்திற்குச் செய்திகளை அனுப்பும்
பைத்தியக்காரனை
யாரும் நினைவில் கொள்வதில்லை.

உலகில் தோன்றிய விசித்திரமான நகரம், இது.
இதன் இழிவான சனிக்கிழமைகளால்
மோசமான அலங்காரத்தால்
உதடுகளில் துர்நாற்றமடிக்கும் அரசியலால்.
மஞ்சளாகும் ஆரஞ்சுகள்.
கடைகள் மெதுவாக
எரிச்சலூட்டும் கண்களைத் திறக்கும்.
இதன் தெருக்களில்
அவற்றின் மலிவான வாசனைத் திரவியங்கள்.
வக்கிரமாகத் தடுத்து நிறுத்துகின்றன
புறநகரைப் பின்பற்றுபவர்களை.

நான் அதன் குளிர்காலத்திற்குத்
திரும்பிச் செல்ல விரும்புகிறேன்.
அதன் சலிப்பான மழை
ஜன்னல் பலகையைத் துலக்குகிறது.
ஏனெனில்
அது ஒரு முட்டாள் பையனை உருவாக்கியது.
ஏனெனில்
அது தனது மணிநேரங்களைத்
தூக்கி எறிய விரும்புகிறது.
அதன் அமைதியான குடிசைகளை
நன்கு அறிந்திருந்தது.
நான் அதன் நள்ளிரவுக்காகக்
காத்திருக்கும்
வைக்கோல் படுக்கைகளுக்குச்
செல்ல விரும்புகிறேன்.
மழையால் திறக்கப்பட்ட
அதன் வாயில்கள் வழியாக,
அதன் கடுகடுப்பான (மந்தமான)
வீடுகளை ஒரு சட்டவிரோத அன்பால்
சீற்றம் அடையவைக்க விரும்புகிறேன்.
புகை மற்றும்
பரிதாபகரமான தோழமையால் மணக்கும்
அதன் புதைக்கப்பட்ட குடிக் கூடுகளுக்குத்
திரும்ப விரும்புகிறேன்.
உள்ளூர் காவல்துறை ஏற்பாடு செய்த
அவர்களின் சிலிர்ப்பான
பொழுதுபோக்குகளை எதிர்பார்த்து.

இந்த ஊரின் நினைவை
நான் விவாதிக்க விரும்புகிறேன்.
அது வீணாக என்னைத் தேட வேண்டும்;
தேடச் செய்வேன்.

தனிமை

ராபின் எஸ். நங்கோம்

என்னால் உன்னைத் தொட முடியாவிட்டால்,
உன் வாசலுக்குச் செல்லும் வழியில்,
பறவைகளின் வீட்டிற்குச் செல்லும் பாதையில்
நினைவு தொடரட்டும்.

நீராலும் புகையாலும்
வண்ணமிடப்பட்ட நாட்கள்.
பைன் மரங்கள் நிதானமாக
வளைவுகளில் கீழிறங்கும்
உன் மலை.
கிறிஸ்துமஸ் நெருங்கும் நாளின் மழை.

நீ என்னை ஆறுதல்படுத்த வந்தபோது,
உன் உதடுகள் இல்லாமல்
என் கதி என்ன ஆனது
என்று நீ கேட்டதில்லை.
அந்த நகரம்
உன்னைப் பற்றி
கனவு எதுவும் வைத்திருக்கவில்லை என்றால்,
தெருவில் உன் கருமையான கூந்தல்
சிதைந்து இல்லாமல் இருந்தால்,
நான் லைட்லம் செல்வேன்.
மூடுபனி அலைஅலையாய்
பள்ளத்தாக்கிலிருந்து எழுந்து
நோங்கிரெமின் நடனத் தளத்தைத் தாண்டி,
அந்த மலைப்பாதையில்
தெரியாத தடங்களில் கவனமாய்க் கால்பதித்து,
மூடுபனிக்கு உன்னை இழக்கும்
அதிர்ச்சியை உணர்கிறேன்.

அழகிய பெண் கற்சிலை.
பிரதிஷ்டை செய்யப்பட்ட மலர்.
மகத்தான வலி.

☐ கவிஞரால் மணிப்பூரியிலிருந்து ஆங்கிலத்திற்கு மொழிபெயர்க்கப்பட்டது.

காங்டாக், பிப்ரவரி 1998
(டி. லடாக்கி குருவுக்காக)

ராபின் எஸ். நங்கோம்

உங்கள் மரகத நாக்கை நாங்கள் சிந்திக்கும்போது,
தொலைதூரப் பனியின் அழைப்பு
ஓர் ஆசையின் கண்ணில்.

வெளிரிய மணலிலும் பாறையிலும்
நடுங்குவதால்
பாடுபடுத்தும் நகரங்களாலும்
ஒழுங்கற்ற சாலைகளாலும்
களைப்டைகிறோம் நாங்கள்.
ஆனால்
காடுகளுக்கும் மலைகளுக்கும்
பெயர் வைக்க
நீங்கள் எங்களுக்குக் கற்பிப்பீர்கள்.
கோபமடைந்தவர், காத்திருக்க மாட்டார்.
டீஸ்டா,
உங்கள் பெயரின் அர்த்தத்தைச் சொல்லுங்கள்.
காட்டின் சுடர்.
ஒரு துறவியின் ஆடைகளைக்
கடன் வாங்கும்போது,
இமயமலையில்
வானத்தின் திரைக்கு அடியில்
ஏதோ மின்னும்போது,
ஒரு பாவமான அன்பால் தூண்டப்பட்ட
இரகசிய மனிதர்களைப் போல
நாங்கள்
உங்கள் வாசனையைப் பின்பற்றுகிறோம்.
காங்டாக்கின் மலர்கள்

மற்றும் பாறைகளின் தாய் மடியில்
எங்களை உயர்த்தும் வரை.

II

சோக்யாலின் அரண்மனை வாயிலில்
பெயர் வைக்காத மரச்சிற்பக் கலைஞர்கள் யார்?
ஒரு மூடுபனிக் காடு,
வெறும் துளியை வெறிக்கிறது.
அரசனின் ஆட்கள்
கடுமையான குற்றவாளிகளைச்
சாக்குகளில் கட்டியிழுத்து,
அவர்களை இந்தக் குன்றின்மேலிருந்து
தள்ளித் தண்டித்தனர்.
ஆகவே,
கதைகள் உட்புகத் தொடங்கின.
துரோகத்தின் மூலம்
தாழ்த்தப்பட்ட ஒரு தேசத்திற்கு
ராஜபதவி
அதன் விலையைச் செலுத்தியுள்ளது.
எனவே, வரலாறு ஒழுக்கப்படுத்துகிறது.
மேலும்
இங்குதான் நிலச்சரிவு ஏற்பட்டு
பலரை ஆச்சரியத்தில் ஆழ்த்தியுள்ளது.
ஓர் ஒல்லியான கட்டிடம் நழுவி
குடிகாரன்போல் சரிந்து,
மலைச்சரிவின் முகத்தில் கிடந்தது.
கடினமான கடவுள்களை அமைதிப்படுத்த
பிரார்த்தனைக் கொடிகள் மட்டுமே
இங்கு நிற்கின்றன.
மலைகள்
தங்கள் புதிரான அமைதியைக் கடைப்பிடித்து,
வானத்தின் கதவுகளுக்குச் செல்லும்
படிக்கட்டுகளில் ஏறுவதை
நான் பார்க்கிறேன்.

அழைப்பின்றி
பிற்பகலில் நுழைந்தது மழை.

III

காலை 5 மணி.
ஒரு விஸ்கி பூசப்பட்ட காலை.
காங்சென்ட்சோங்கா தோன்றினாள்.
மறந்துபோன ஒரு மாடலைப் போல
ஒளி ஊடுருவக்கூடிய மார்பளவு,
அவளுடைய முகம்
பனிமேகத்தால் மறைக்கப்படும் வரை,
அவளுடைய பெருமைமிக்க நெற்றி,
பொறாமை கொண்ட சூரியக் கல்லால்
தூண்டப்பட்டது.
நீலப்பச்சைநிற மதியத்தில்.

பூமியின் அச்சில்
மெதுவான பிரார்த்தனை சக்கரங்களைக்
குறுக்கே வெட்டுகின்ற ரம்டெக் திருப்புகிறது,
குளிர் இரத்தம் கொண்ட உலகத்திற்கான
இரக்கத்தை உருவாக்குகிறது.

திபெத்திற்கு ஓடிப்போன கர்மப்பா
கற்றலுக்கான
இந்த அரபு இருக்கையை மறுகட்டமைத்தார்.
வழிபாட்டிலிருந்தும்
களங்கமற்ற நினைவகத்திலிருந்தும்.
பூமியின் அனைத்து நிழல்களிலும்
தியானம் செய்யும்
வெண்ணெய்ச் சிலைகளைக் காண
காலணிகளை அகற்றிவிட்டு,
முக்காடிட்ட வாயிலில் நுழைகிறோம்.
இவ்வாறு
சதை ஒரு நாள் உருகி

பூமியின் இயங்கும் வண்ணங்களைக் கொடுக்கும்.
துறவிகளின் ஒலி வேறுபாடுகளும்
பேரிகைகளின்
ஆழமான மந்தமான ஒலியும்
ஒவ்வொரு கணமும்
மறுபிறவியின் மர்மத்தை உயர்த்துகின்றன.
ஆனால் வழிகெட்ட மனதை
முதலில் வெல்ல வேண்டும் என்றால்,
ஒளியூட்டுபவர்களிடம் எதைத் தேடுவது?
ஓட்டைப் பல்கொண்ட
ஓர் அழுக்கான திபெத்தியர்
பிச்சையெடுக்கிறார்.
இளம்கூட்டாளி குழம்பியவாறே
தண்ணீர் எடுக்க ஓடுகிறார்
பதற்றத்துடன்.

மாய உலகம்
காலத்தை நிர்ணயித்தது.
அலங்காரம், துறவு,
அகங்காரம், தானம்,
ஆசை இல்லாத வாழ்க்கை எங்கே?

IV

மாலை 5 மணி.
இமயமலைப் பனியிலிருந்து
மாலை பொடிபட்டு விழும்போது
காங்டாக் தனது மார்பில் நம்மைப்
பொதிந்துகொள்கிறது.
ஜாம்-டெனுக்கு வெளியே
நாங்கள் மனச்சோர்வை விட்டுவிடுகிறோம்.
அங்கு நேர்மறையான கூறுகள் ஒன்றிணைகின்றன.
பாடலும் நடனமும் கவிதையும்
கண்டுபிடிக்கின்றன ஒரு வீட்டை.

பூர்வீக நிலம்

ராபின் எஸ். நங்கோம்

இறந்தவர்களின் அலறல் முதலில் வந்தது
நான் கண்ட கெட்ட கனவில்.
பின்னர்
வானொலி அறிக்கை,
அடுத்து ஒரு செய்தித்தாள்:
ஆறு பேர் சுட்டுக் கொல்லப்பட்டனர்,
இருபத்தைந்து வீடுகள்
இடித்துத் தரைமட்டமாக்கப்பட்டன,
பதினாறு பேர் ஒரு தேவாலயத்திற்குள்
கைகளைப் பின்னால் கட்டிய நிலையில்
தலை துண்டிக்கப்பட்டனர் ... ...
நாட்கள் நொறுங்க நொறுங்க
வெற்றியாளர்களும்
அவர்களால் பாதிக்கப்பட்டவர்களும்
எண்ணிக்கையில் பெருகப் பெருக...
என் தூய்மையான மனிதத்தன்மையை
இழக்கும் வரை,
சுரணையற்று இருந்தேன்.

எரியும் குடிசைகளுக்குள்
கைவிடப்பட்ட குழந்தைகள்
இன்னும் தங்கள் பெற்றோர்களுக்காகக்
காத்திருக்கும் நிலையைப் பற்றி
நினைப்பதை நான் நிறுத்திக் கொண்டேன்.
குளிர்காலத்தில் அவிந்த அடுப்புகளின் அருகே,
பாட்டிகளின் கதைகளை
நினைவு கூர்வதை,
சொற்களின் மந்திரத்தைக் கற்றார்களா என்பதை,
நான் அறிய விரும்பவில்லை.

அறுவடைப் பாடலின்போது
தானியத்தண்டு சரிவது போன்று
விதைமூட்டைகள் கனக்க நடக்கும் பெண்களின்
மென்மையான உடல்கள் சரிகின்றன.
அவர்கள் தங்கள் துணைவர்களுக்காகக்
காத்திருக்கும்போது
தங்கள் கூந்தலில்
காட்டுப்பூக்களை அணிந்திருக்கிறார்களா என்று
நான் கவலைப்படுவதில்லை.

நான் அவர்களுடன்
என் உண்மையை எரித்துவிட்டேன்.

மேலும் அவர்களுடன்
சேர்த்துப் புதைத்துவிட்டேன்
என் வீரத்தையும் துணிச்சலையும்.
என்றோ ஒரு தொலைதூர நாளில்
நான் முணுமுணுத்துக் கொண்டேன்:
"வரம்புகள் உள்ளன",
ஆனால் காலம்
அந்தக் கசாப்புக் கடைக்காரர்களை
விடுவிக்கும் போது,
எதுவுமே நடக்காதது போல்
தொடர்ந்து வாழத்தொடங்குகிறேன்.

◉

மோசமான இடங்கள்

ராபின் எஸ். நங்கோம்

சில நேரங்களில், எந்தக் காரணமும் இல்லாமல்,
ஒரு வசிப்பிடம்
மோசமான பெயரைப் பெறுகிறது.
ஒரு தனித்துவம் இல்லாத நாளில்
நீங்கள் அந்த இடத்தைப் பார்வையிட நேர்ந்தால்,
அது நீல வானத்தால்
கூரையிடப்பட்டிருப்பதையும்,
அடர்பச்சை பைன் மரங்கள்
மற்றும் மூங்கில்கள்
அதன் தூசி நிறைந்த சாலையை
முத்தமிடுவதையும் காணலாம்.
அங்கு அனைத்துக் குளிர்கால வீடுகளும்
காதலால் நிரப்பப்பட்டிருந்தது என்பது உண்மை.
இருந்தபோதிலும்,
அங்கு இறந்தவர்கள்
அதன் சலசலக்காத கல்லறை முற்றத்தில்
புதைக்கப்பட்டனர் என்பதும் உண்மை.
என்றாலும்,
அது எப்படி அயலவர்களிடமிருந்து
இவ்வளவு தெளிவற்ற வெறுப்பைச்
சம்பாதித்தது என்பதை
நீங்கள் யூகிக்க மாட்டீர்கள்.
ஒருவேளை ஓர் இரவு,
ஓர் இரகசியத் தகவலின் பேரில்,
பதட்டமான துணை ராணுவப் படையினர்
அங்கிருந்த பதின்ம வயதுப் போராளி ஒருவனை
துரதிர்ஷ்டவசமான வீடொன்றின் வாயிலில்
சுட்டுக் கொன்றது காரணமாயிருக்கலாம்.

உண்மையில்
முரண்பாடு என்னவென்றால்,
புரட்சியாளர்கள்
இந்தச் சுற்றுப்புறத்திலிருந்து
வந்தவர்கள் அல்லர்.
அவர்கள் ஒரு மோசமான விருந்தின்போது
அங்கு வந்தவர்களாக இருக்கக்கூடும்.
ஒரு சில ஆண்களும் பெண்களும்
நம்பிக்கையற்ற வயதில்
மந்திரவாதிகளையும் சூனியக்காரர்களையும்
கண்டுபிடிக்க ஆசைப்படுகிறார்கள்.
இடைக்கால இசைக்கருவிகளை உருவாக்கி,
நிலவொளியில்
கொஞ்சம் திகிலூட்டக்கூடிய
ஒரு வீட்டை எரித்து,
ஒரு விசித்திரமான வயதான மனிதரையும்
அவரது மனைவியையும் கொன்றிருக்கலாம்
என்பதும் சாத்தியம்.

இது பெயர்களால் அழைக்கப்படுகிறது
- ஒரு மறைவிடம்,
உதாரணமாக
- அதன் சுவர்களில் உள்ள வடுக்கள்
உண்மையில்
துப்பாக்கிக் குண்டுகளின் அடையாளங்கள்
என்று அவர்கள் கூறுகிறார்கள்.
சூரிய அஸ்தமனத்திற்குப் பிறகு
அந்தப் பகுதி ஆபத்தாக இருப்பதால்,
அங்கு பெண்களை அனுப்ப வேண்டாம்
என்று நீங்கள் அறிவுறுத்தப்படுவீர்கள்.
ஆனால்
இவைபோன்ற வசிப்பிடங்கள்
இயல்பாக வளர்வதுபோல்
தொடர்ந்து பெருகுகின்றன.

◉

நீங்கள் திரும்பாதபோது

ராபின் எஸ். நங்கோம்

நீங்கள்
உங்கள் பூர்வீக மலைகளை விட்டு வெளியேறும்போது,
குளிர்காலம் என்பது வேறொன்றுமில்லை.

அனைத்துக் குளிர்காலங்களினுடைய
நாம் இழந்த அனைத்துக் காதல்களினுடைய
ஒரு நினைவூட்டல் மட்டுமே.
எச்சம் மட்டுமே.

வயதானவர்கள் மற்றும்
உடல்நிலை சரியில்லாதவர்களைக்
கவனித்துக் கொள்வதற்கு யாரும் இல்லை.
அனைத்து விருந்தோம்பல்களும்
கதவுகளை மூடிவிட்டன.

பருவங்களின் ரசவாதத்திற்கு
இலைகள் ஒருபோதும்
பதிலளிப்பதில்லை.
இதயம் தரிசாகக் காய்ந்து கிடக்கிறது
கார்கால மழையை எதிர்நோக்கி.

பெண்ணைப் போல மீண்டும் மூடிக்கொள்கிறது பூமி.
நீ திரும்பாதபோது
கனவுகள் துருப்பிடிக்கின்றன.
எரிசுடரும் பனியும்
வாழ்க்கையை உருவாக்க முடியாது.
இரவின் கிளைகளில் முறிவது
காமம் மட்டுமே.
ஆண்கள் அருவருப்பான முகமூடிகளை அணிகிறார்கள்.
காட்டு ரோஜாவின் நறுமணம் தொலைந்துவிட்டது.

விற்பனைக்கு வருபவை
சந்தைக்கடைப் பூக்கள் மட்டுமே.

நீங்கள் திரும்பி வராதபோது
கவிஞர் தனது உருவகங்களை இழக்கிறார்.
மேலும் அவர்
அன்றைய நாளின் பயங்கரமான எண் கணிதத்தில்
தன்னைத்தானே
திரும்பத் திரும்பச் சொல்கிறார்.
குணமளிக்கக்கூடிய கரங்களை
எனக்கு நீங்கள் அளித்தபோது,
உலகம்
என் மகிழ்ச்சியை அறிந்தது.
இப்போது நீங்கள் வெளியேறியபோது
என் துயரமும் கண்டுகொள்ளப்படவில்லை.
சூரியன் இல்லாத ராஜ்ஜியத்தில்
தன் போக்கை இழந்ததால்
அமைதியாக இருக்கிறது
முணுமுணுத்துக் கொண்டிருக்கும் நதி

நீங்கள்
உங்கள் பூர்வீக நிலத்தை விட்டு வெளியேறும்போது,
மெசியானிக் இளைஞர்கள்
கொள்கைகளைக் காட்டிக் கொடுக்கிறார்கள்,
அவர்களின் கண்களில் நெருப்பு இல்லை.
தெருக்களில் மாணவர்கள்
புதிதாக வரும் தேசபக்தர்களுக்காகத்
தமக்குத் தாமே குரல் எழுப்புகிறார்கள்.
சரியும் தவறும்
ஒரே பொருளுடைய சொற்களாகின்றன.
குடிமக்கள்
திருடர்களுக்கு மட்டுமே மாலை அணிவிக்கிறார்கள்.
கடவுளின் மனிதன்
புனிதமான அங்கதப் பிரார்த்தனைகளை
மட்டுமே பாடுகிறான்.

போதகர்
கதகதப்பாகவும் ஊட்டமாகவும் இருக்கிறார்.
அதேவேளையில்
ஏழைகள் குளிரிலும் நிர்வாணத்திலும்.
நீங்கள் இறந்தவர்களைத் திருப்பித் தராதபோது,
எங்கள் மனத்தின் தண்ணீரில்
ஊர்வன இனப்பெருக்கம் செய்கின்றன.
துப்பாக்கிச் சூடுகள் மலைகளில் எதிரொலிக்கின்றன.
மேலும் பூக்களுக்குப் பதிலாக
ஜன்னல்களிலிருந்து தோட்டாக்கள் முளைக்கின்றன.
நீங்கள் திரும்பாதபோது,
இரத்தவெறி கொண்ட சுத்திகரிப்புக்குப் பிறகு
தளர்வான கொடிகளைச் சுற்றி
ஈக்கள் திரள்கின்றன.
கொலைபாதகரின் சகாப்தத்தில்
நாம் நுழையும்போது
நம்மைச் சூழ்ந்து கொள்கிறது
அன்றைய முள்வேலி.

⊙

கடைசி வார்த்தை

ராபின் எஸ். நங்கோம்

அவர் எப்படிப்பட்ட கவிஞர்,
அவர்கள் கேட்கிறார்கள்.

நான் சொன்னேன்:
"நான் பூமி மற்றும் விண்வெளியின் கவிஞன்.
ஒருவேளை தண்ணீரின் கவிஞன் என்றும் சொல்லலாம்,
ஆனால் நெருப்பின் கவிஞனல்ல.
எனது வரம்புகள் எனக்குத் தெரியும்.
பூமிக்கும் வானத்துக்கும் இடையே
என்னால் பெயரிட முடியாத
பல விஷயங்கள் உள்ளன.
புரிந்துகொள்வதற்கு
எனக்கு ஒரு புராதனமான ஆசை உள்ளது.
அர்த்தமின்மை பயமுறுத்துகிறது என்னை.
அதனால்தான், நான் விரும்புகிறேன்
நம் தோள்களில் சூரிய ஒளியை,
அல்லது உறுதியான மார்பகங்களுடைய பெண்களை,
அல்லது
மழையில் அமைதியாக நிற்கும் குன்றுகளை,
இதுபோன்ற எளிய விஷயங்களை."

அவர்கள் தங்களுக்குள் கிசுகிசுத்தார்கள்:
"அப்படியென்றால்
அவருடைய கவிதைகளுக்குள் புதிராகத்
தோட்டாக்கள் சிக்கியது எப்படி?"

எனவே நான் சொன்னேன்:
"எனது கவிதைகளிலிருந்து
முரட்டுத்தனம் கசிய வேண்டுமென விரும்பினேன்.

ஆனால் இனிய இரத்தக்கறையோ அல்லது
எரியும் சதையோ மட்டுமே
என் கவிதைகளில் இருந்து வெளிப்படுகிறது."

பின்னர் அவர்கள் சொன்னார்கள்:
"அவரது கவிதைகள்
எப்போதும்
ஆணவத்தின் உயரத்திலிருந்து
விழுகின்றன."

நான் பதிலளித்தேன்:
"இறப்பதற்கு முன்
அழகாக மாறும் இலைகளைப் போல
அவை விழவேண்டும் என்பதைப்
பார்க்க மட்டுமே எப்போதும் விரும்புகிறேன்."

ஆனால் அவர்கள் சொன்னார்கள்:
"அவை விழும் போது,
அவரது கவிதைகள் உடைந்து போகும்,
ஏனென்றால் அவர் அவற்றைக்
கல்செறிந்த நிலத்தில் விழவைக்கிறார்."

நான் சொல்ல மட்டுமே செய்தேன்:
"அவை
ஒரு குளத்தில் விழும் கூழாங்கற்களைப் போல
விழ வேண்டும்
என்று நான் விரும்பினேன்.
ஆனால் எப்போதும் விரோதமான பரப்புகளில்
என் வார்த்தைகளை உடைப்பதற்கு மன்னிக்க வேண்டும்."

இறுதியாக அவர்கள் சொன்னார்கள்:
"அதனால்தான் அவரது கவிதைகள்
பாதுகாக்கப்படுகின்றன.
அவர் மரணம் மற்றும்
சுதந்திரத்தை நியாயப்படுத்துகிறார்.

ஆனால் அவரது வார்த்தைகளுக்கு
ஆயுதமேந்திய காவலரின் பாதுகாப்பு தேவை.
அவரால் பேச முடிவதில்லை.
மேலும்
ஊமைத்தனத்தை
அவரது இதயத்தைப் பிணைக்க அனுமதிக்கிறார்.
இதுதான் அவனுடைய அச்சத்தின் தோற்றப்புள்ளி."

இறுதியில்
அவர்களிடம் இருந்தது
அந்தக் கடைசி வார்த்தை.

◉

காந்தியும் ரோபோவும்

தங்ஜம் இபோபிஷக்

வெகு காலத்திற்கு முன்பு
ரஷ்யா அனுப்பிய
ஒரு நிமிடத்தில் அதன் வாயிலிருந்து
ஆயிரம் 'ஹரே ராமர்'களை
உச்சரிக்கும் ரோபோ
நேருஜிக்குச் சொந்தமானது.

ஒரு மணி நேரத்திற்குள்
சக்கரத்தில்
பத்து பந்து நூல்களைச் சுழற்றக்கூடிய
பிர்லாவிடம் இருந்து கடனாகப் பெற்ற
காந்தியை வைத்திருந்தார்
பல்லாபாய்ஜி.

குடியரசு தினத்தன்று
விக்ரம் சாராபாய் அறிவித்தார்:
    டிராம்பேயில்
    அறிவியலுக்கான
    புதிய புனித யாத்திரைத் தளத்தை
    உருவாக்குவேன் என்று.

டெல்லி செங்கோட்டையில்
கழுதைகள் கனைக்கின்றன.
வெற்று வயிற்றுடன்
வறண்ட தொண்டையுடன்
ஹரிஜன் செய்தித்தாளின்
பழைய பிரதிகளைத்
துண்டு துண்டாகக் கிழித்து ஊட்டுகிறார்கள்
தோபிகள்.

இன்று சாதுக்கள் அறிவிக்கிறார்கள்:
 பொக்ரானில்
 ஒரு விகாரையைக் கட்டுவோம்
 புதிய புத்தரை வைக்க என்று.

மகிழ்ச்சியுடன், நான் அழுதேன்:
வாழ்க பாரதம் வாழ்க.

☉

உருவம்

தங்ஜம் இபோபிஷக்

அவை பழையதாக ஆக,
என் கவிதையின் உடைகள்
விழ ஆரம்பிக்கின்றன:
அது கஜுராஹோ அல்லது
கொனார்க் ஆக இல்லாவிட்டாலும்,
குமார்துலியின் பெண்தெய்வங்களின்
முடிக்கப்படாத சிலைகளாக இல்லாவிட்டாலும்.

எனவே
வெள்ளை வார்த்தைகள்
கருப்பு வார்த்தைகள்
ஒரு பெண்ணின்
வெள்ளை நிலவு போன்று தோன்றுவதென்ன?
ஒரு மீனைப் போல் தோன்றுகின்ற
சிவப்பு நிறம்
அல்லது இலை போன்ற வார்த்தைகள்
தண்ணீரில்,
காற்றில்,
வானத்தில் விளையாடுகின்றன.
மலையின் பசிய பைன் இலைகளுக்கு மத்தியில்,
பப்பாளியின் உயர்த்தப்பட்ட கைகளில்,
பழங்கால மாமரத்தின் காயம்பட்ட உடலில்
நான் அடிக்கடி பார்க்கிறேன்.
வெள்ளை வார்த்தைகள்,
கருப்பு வார்த்தைகள்.

பழுப்பேறிய பொன் மாலை வானத்தில்
மேகத்தின் நடுங்கும் அலைகளில்
சுழன்று

திரும்பி,
ஆடும் பறவைகளின் சிறகுகள்
என் கவிதைகளில்
வெள்ளை விளிம்புகளை
வரைந்து விளையாடுகின்றன.

காற்றின் அலையில் இலைகள் நகர்கையில்
புல்லிதழ்களில்
வெள்ளை, கருப்பு அல்லது சிவப்பு நிற
நிழல் உருவங்கள் விழுகையில்
அது கொனார்க் ஆகவோ
அல்லது
கஜுராஹோ ஆகவோ
குமார்துலியின்
முடிக்கப்படாத பெண்தெய்வச் சிலைகளாகவோ
இல்லாவிட்டாலும்
நான் இடைவிடாமல் தேடுகிறேன்.

◉

பகவத் கீதை படித்தல்

தங்ஜம் இபோபிஷக்

கழிப்பறைக்குச் செல்லும்போது
புகை பிடிக்கிறாள்
என் மனைவி.

வெளியில் செல்லும்போது
மும்முரமாகக் குடிப்பேன் நான்.

(ஒரு நாள்
நாங்கள்
ஒருவருக்கொருவர்
மோதிக்கொண்டோம்.)

என் அம்மா,
70 வயது இளம் மணமகள்,
தன் நரைத்த முடியைப் பறிக்கிறாள்
தன் சந்தனப் பெட்டியைத்
தன் முன் வைத்து புருவத்தை வரைகிறாள்
என் அத்தை, ஒரு விதவை,
சீட்டு விளையாடுகிறார்
அக்கம் பக்கத்து மாமாக்களுடன்
இரகசியமாக அல்லது வெளிப்படையாக.
என் மகள் ஸ்ரீதேவி,
வெடிப்பேறிய குதிகால்களைச் சரி செய்கிறாள்
சூயிங்கத்தை மென்றுகொண்டே.

காகங்கள் கரைகின்றன
அவுட்ஹவுஸின் கூரையிலிருந்து
தங்கள் கால்களை
ஓலையின் துளைக்குள்
நுழைத்துக் கொள்கின்றன.

கருப்பு ட்ரோங்கோக்கள் அழுகின்றன.
எலிகள் சோப்பை (கங்கா சோப்பு)
எடுத்துச் சென்று சந்தனப் பெட்டியில் ஏறுகின்றன.
பூனை தன் பிரதிபலிப்பில்
திகைத்துக்
கண்ணாடியைப் பார்த்துக் கொண்டிருக்கிறது.
மணி மழித்துக் கொண்டிருக்கிறார்.

என் இரண்டாவது மகன்,
ஒன்பது வயதுதான்,
பகவத் கீதையை
மதியம்
பொதுவில் வாசிக்கிறான்.

⊙

மனைவியின் ரவிக்கையும் கவிதையும்

தங்ஜம் இபோபிஷக்

நேற்று இரவு,
என் மனைவியின்
மார்பகங்கள் முழுவதும்
மை தெறிக்கப்பட்டது.
ஏன்?

ரவிக்கை வாங்க முடியவில்லை.
எனவே
ஒரு கவிதையை எழுதினேன்.

ஆகவே,
வாசகரே,
சந்தைக்கு வரும்
எனது கவிதை.

அமெரிக்கக் குடை

தங்ஜம் இபோபிஷக்

நாம் ஒவ்வொருவரும்
ஒரு குடையைச்
சொந்தமாக வைத்திருக்கிறோம்.

மடிக்கக்கூடிய
மற்றும்
திறக்கக்கூடிய ஒரு குடை.
நாம் அதைப் போர்ட்டபிள் என்று
அழைக்கலாமா?
ஏனெனில் அதை மிகச் சிறிதான அளவில்
எடுத்துச் செல்ல முடியும்;
கிளின்டனைப் பொறுத்தவரை
அக்குடை
நிழல் தருவதற்காக அல்ல,
ஆனால் ரகசியமாக முத்தமிடுவதற்காக.

⊙

மேகாலயா

தங்ஜம் இபோபிஷக்

வெண்மையான மேகங்களால் சூழப்பட்ட
உனது அழகிய உடலிலிருந்து
பெருகி எழுகின்றன மலைகள்.
பைன் இலைகளின் நடுவிலிருந்து
மெதுவாக விழும் சரிவுகளில்
கீழே சறுக்குகின்றன நீரோடைகள்.
நடுங்கும் அலைகளை உருவாக்குகிறது
சாய்ந்திருக்கும் இளம் பெண்ணின்
வெண்மையான தொடைகள் போல.
உங்களை மீண்டும் மீண்டும் மூடுகின்றன,
மேகங்கள்.
படபடக்கும் ஆடைகள் போல
அவ்வப்போது பிரிக்கின்றன.
சிகரங்கள் அனைத்தும் ஒளிர்கின்றன.
காசி கன்னிப்பெண்கள்
தங்கள் முதுகில் சுமைகளை ஏற்றிக்கொண்டு
மலையடிவாரப் பாதையில்
தத்தளிக்கிறார்கள்.
மறைந்து வரும் சூரியக் கதிர்களால்
தாக்கப்பட்ட அவர்களின் முகங்களில்
செம்மையான திட்டுக்கள் ஆங்காங்கே.

அவர்கள் சொல்வது போல் தெரிகிறது:
"குறும்புக்காரப் பயணியே!
உன் கண்களை அலைபாய விடாதே.
எங்கள் உடலைப் பார்க்காதே.
நாங்கள் முழுவதுமாக ஆடை அணிந்திருப்பதை
உன்னால் பார்க்க முடியவில்லையா?"
பைன் மரங்களின் இனிமையான வாசனை

மேலும் கிறுக்காக்கியது
என்னை.

2

ஒரு நாள்
மேகாலயாவின் ஒரு பகுதியில் அமைந்துள்ள
"மாவ்ப்லாங்" என்ற தூய வனத்தைப்
பார்க்கச் சென்றோம்.
மலையிலிருந்து கீழே பார்த்தபோது
எங்கெங்கும் பழங்கால மரங்கள்
மிகப்பெரிதாய் அடர்த்தியாய்
நின்று கொண்டிருந்தன.
அது
அசையாமல் நீர் நிறைந்த பரப்பில்
மிதந்து கொண்டிருந்த பசுமைத் தீவா?
சுற்றிலும் மரங்கள்
சீரான இடைவெளிகளில்
தலை வழுக்கையாக நிற்கின்றன.
வெட்டப்பட்ட பின்னான குப்பைகள்,
கத்தரிக்கோலால் தவறாக வெட்டப்பட்ட முடிபோல
மிக மோசமாக.
காசிகளின் பழைய நம்பிக்கை
பாதுகாக்கிறது
இந்த வனத்தை.

தெய்வங்களின் புனிதத் தலமான இங்கு
மரத்தை வெட்ட முடியாது.
நான் இரண்டு வெவ்வேறு படங்களைப் பார்த்தேன்:
ஒன்று,
மனிதனின் பேராசையாலும்,
காட்டுமிராண்டித்தனத்தாலும்
அடிபட்டு உடைத்து அழிக்கப்பட்டது;
மற்றொன்று,

ஒற்றுமையின்
இயற்கையின் உறுதியான அழியாத கரிம உருவம்.
ஒன்று,
அமைதியற்ற கவலை, துக்கம்.
மற்றொன்று,
அமைதி, அமைதி, திருப்தி.
ஒரு பறவையாக
என் ஆன்மா
காட்டுக்குள் சில கணங்கள்
உயர்ந்து சென்றது.

காட்டின் பின்புறமுள்ள
ஒரு பாதையில்,
முழுவதும் மழையில் நனைந்த
ஓர் அழகான பெண்ணின்
கூந்தல் நறுமணத்தைச் சுமந்தபடி
திரும்பினேன்.

◉

3

ஒருவர் என்னிடம் கேட்டார்:
நீங்கள் கடலைப் பார்த்ததுண்டா?
இல்லை.
நயாகரா நீர்வீழ்ச்சி
நயாகரா நீர்வீழ்ச்சியை?
அதையும் பார்த்ததில்லை.
ஷில்லாங்கில் இருந்து
திரும்பிய காலம் முழுவதும் கனவு.
ஆறு வருடங்களுக்குமுன் ஒரு விஷயம்;
பெடோன் அருவியைக்கூட
பார்த்ததில்லை.
வாழ்க்கையில்
ஒருவர் பார்க்க விரும்பும் விஷயங்கள்
எத்தனை! எத்தனை!

☐ மணிப்பூரியிலிருந்து ஆங்கிலத்திற்கு மொழிபெயர்த்தவர் ராபின் எஸ் நங்கோம்.

கடிதம்

சரட்சந்த் தியம்

பச்சை மலைகளில்
சிரிக்கும் தேக்கு மரங்கள்.
கழுத்தை உயர்த்தியும் தாழ்த்தியும்

ஒவ்வொரு குழந்தையும்
கைகளில் ஒரு கடிதத்தை
இறுகப் பற்றியபடி.

அடர்ந்த தேக்கு மரங்களுக்கு இடையே
அங்குமிங்கும் ஓடுகிறார்கள்.
அவர்களின் கால்களில் செருப்பில்லை.
அவர்களின் ஆடைகள் சொற்பமானவை.

குட்டைப் பென்சிலால் அழுத்தி எழுதப்பட்ட
துண்டுக்காகிதத்தில்
இப்போது
முழுக்க முழுக்க
அம்மா அம்மா அம்மா
பல வார்த்தைகள் உச்சரிக்கப்படுகின்றன
'அம்மா' என்று.

தோளோடு தோளாக வளரும் தேக்குகள்
ரக்பி விளையாட்டில் பிடுங்குவதுபோல்
குழந்தைகளின் கைகளிலிருந்து கடிதங்களைத்
துரத்திப் பிடுங்கி விளையாடுகின்றன.

குழந்தைகள் புலம்புகின்றன.
குழந்தைகள் ஏங்குகின்றன.
குழந்தைகள் அழுகின்றன.
தாம் படிக்க விரும்பும்

தம் தாய்மார்களின் கடிதங்களுக்காக.
தாம் படிக்க விரும்பும்
அக்கடிதங்களிலுள்ள தகவல்களுக்காக.

அவர்களின் வயிற்றைப் பற்றிக் கொண்டது பசி.

பசியுடன் இந்த மலைப்பாதையில்
வெகுதூரம் ஓடி வந்துவிட்டார்கள் அக்குழந்தைகள்.
இந்தத் தேக்குகளுக்கு மத்தியில்
மிகவும் சோர்வாக இருக்கிறார்கள் அவர்கள்.
ஆனால் அறியப்படாத அந்தக் கடிதங்கள்
மங்கவில்லை.
அல்லது விழவில்லை
குழந்தைகளின் கைகளில் இருந்து.

அவர்கள் நீண்ட காலம் சாப்பிடாததால்
பசி மற்றும்
ஊட்டச்சத்துக் குறைபாட்டுடன் உள்ளனர்.
நீண்ட நேரம் ஓடுவதால்
கடினமாக உள்ளது, அவர்களின் சுவாசம்.
ஆனால் அவர்களின் கைகள்
இன்னும் உயரமாக உயர்த்தப்பட்டுள்ளன,
அவர்கள் தம் தாயைத்
தங்கள் கண்களில் பார்க்கிறார்கள்.

உதடுகளில் 'அம்மா' என்று உச்சரிக்கும்போதும்
கால்கள் ஒன்றோடொன்று
குறுக்கும் நெடுக்குமாகப் பின்னிக்கொண்டு
இலக்கை அறியாத இடங்களுக்குக்
கடிதங்களைப் பற்றிக்கொண்டு ஓடும்போதும்
கடிதங்களைப் படித்த தேக்கு மரங்கள்
சிறு குழந்தைகளைப் பார்க்கின்றன
பரிவோடு.

◉

ஷில்லாங்

சரட்சந்த் தியம்

அழகின் தாழ்ப்பாள்களை
ஒன்றன் பின் ஒன்றாகத் தூக்கிக்கொண்டு
நான் உன்னை நெருங்கும்போது,
அழுது கொண்டிருந்தாய், நீ.
சிற்பங்கள் நிறைந்த வீடுகளுக்கும்
செதுக்கப்பட்ட மலைகளுக்கும்
இடையிலான சண்டைக்காக.

அந்தி சாயும் போது
'நியாங் கிஞ்சா'*வின் ஓலம்
எல்லாத் திசைகளிலும்.
ஏன் இப்படிக் கீச்சிடுகின்றன,
அலறுகின்றன?
மூங்கில் கழிகளால்
யாரோ அடிப்பதைப் போல.

அமைதியான இவர்கள்
உங்கள் துயரத்தில் உங்களுக்கு உதவவும்
உங்கள் திகைப்பைப் பகிர்ந்து கொள்ளவும்
உங்கள் எதிர்ப்பை ஆதரிக்கவும்
ஏன் அலறுகிறார்கள்?
நீங்கள் தூண்டினீர்களா என்ன?

உங்கள் குன்றுகள்
செதுக்கப்பட்ட அம்சங்களுடன் குதித்து,
வீடுகளுக்குள் அலையும்போது,
'ஜைன்செம்'** அணிந்த பெண் குழந்தைகள்
தண்ணீர்க் குவளைகளைச் சுமந்துகொண்டு
வீடுகளுக்குள் செல்கின்றனர்.

---

* நியாங் கிஞ்சா – கிரிக்கெட் போன்ற பூச்சிகள்.
** jainsem – பெண்களுக்கான பாரம்பரிய காசி உடை.

நீங்கள் கத்துகிறீர்கள்,
யாருக்கும் கேட்கவில்லை.
நீங்கள் கெஞ்சுகிறீர்கள்,
அவர்கள் அசையவில்லை.

பரவும் ஒளியுடன் நடப்பவர்களால்
உங்கள் மலை உலகத்தின்
காவி நிறம்
நிரம்பி வழிகிறது
உங்கள் ஆரம்பகால நீல அலையில்,
ஒட்டுப்போடும் ஊசிகள்
உங்கள் இரட்டைக் கண்களைக் குத்தி,
கண்ணீருக்குப் பதிலாக இரத்தம் ஓடுகிறது
'ஜெய்ன்செம்' அணியக் கற்றுக்கொண்ட பெண்கள்
பயந்து ஓடுகிறார்கள்
செங்குத்தான சரிவுகள் வரை.

பேய்கள்
அவர்களைத் துன்புறுத்த வந்திருப்பதாக
அவர்கள் எண்ணிக்கொண்டனர்.

ஆனால் பசுமை மாறாத 'லாக்கிண்டாங்'*
புலி, பாம்பு மற்றும் வன தேவதைகளால்
கவனமாகப் பாதுகாக்கப்படுகிறது.

குறுகிய காட்டுப்பாதை,
படரும் கொடி
'லாக்கிண்டாங்'கிற்குள்
மகிழ்ச்சியாக விளையாடுகிறது.
ஆனால்
காலச் சக்கரத்தில் ஓடும்
உங்கள் அழுகைக் குரல்
மாறிவிட்டது கரகரப்பாக.

⊙

---

* லாக்கிண்டாங் – காசிக்களின் புனிதமான சோலை/தோப்பு.

துப்பாக்கி

சரட்சந்த் தியம்

ஆள்காட்டி விரல்களால்
துப்பாக்கியை
நிதானமாகவும் மென்மையாகவும்
இயக்கும்போது
இன்று வரையிலும் ஹிப்னாடிக் குரல்
எதுவும் கேட்டதில்லை.

ஒரு மெல்லிசையால்
மனவளர்ச்சி குன்றிப்போன ஒருவனைப் போல,
உயிரற்ற உடல்கள்
கவனிப்பாரற்றுக் கிடப்பதைத் தவிர
வேறு யாரும் மாற்றப்படவில்லை.

ஓர் ஆள்காட்டி விரலிலிருந்து
பல்லாயிரக்கணக்கான தோட்டாக்கள்
முழங்கிச் சீறும்.
சாரோனின் படகில்
குவியல் குவியலாக
அடுக்கு அடுக்காக
இறந்தவர்கள்.

இந்தத் துப்பாக்கிகள்
ஆர்ஃபியஸின் கையில்
ஒப்படைக்கப்பட்டிருந்தால்?

அப்பாவிகள்
ஹேடீஸின் பக்கம் செல்வார்களா?

இலக்கு

சரட்சந்த் தியம்

இப்போதும்கூட இந்தப் பிளவுபட்ட சாலைகள்
பரபரப்புடனே உள்ளன.
எந்த ஓய்வும் இல்லை.

இந்த உயரமான உணவு விடுதியின்
ஜன்னலிலிருந்து
நீங்கள் பார்ப்பது
பழைய மற்றும் புதிய வீடுகளுக்கு இடையிலான
சண்டை அல்லவா?
அல்லது,
அவர்கள் நட்பாக இருக்கிறார்களா,
அல்லது
ஒளியின் மத்தியில்
ஒன்றாக வாழ்கிறார்களா?

சூரியன் மறைந்தவுடன்
அணைக்கப்படுகின்றன,
இந்தப் பெரிய நகரத்தின்
விளக்குகள்.

இந்தச் சிறிய பல்புகள்
சூரியனைப் பதிலிட முடியாது
இரவாகிவிட்டது என்று
தம் வலிமையைக் காட்டமுடியாது.

நேற்று இரவு எனக்கு நிறைய கனவுகள் வந்தன.
அவை ஒவ்வொன்றும்
ஒவ்வொரு கவிதையாக மாற வேண்டும்.
அவை என் தலையில்
தயங்கியபடியே நீடிப்பது

உண்மையில் சோர்வாக இருக்கிறது,
மிகவும் சோர்வாக.
இந்தக் கவிதைகளை
என் தலையில் இருந்து நீக்க முடியாது
என்பதும்கூட ஒரு சுமைதான்.

நினைவிருக்கிறது எனக்கு.
ஒரு நண்பகலில்,
ஒரு கருத்த பெண்ணும்
ஒரு அழகான பையனும்
அக்ரோபோலிஸில்
ஒன்றாக நின்றுகொண்டு
பார்த்தீனானைப் பார்த்தது.
ஏதேனாவின் கோவிலை தரிசனம் செய்துவிட்டு,
இருவரும்
கண் இமைக்காமல் பார்க்க வேண்டும்
என்று அமர்ந்தது.
தங்கள் முந்தைய வாழ்க்கையின்
ஏதோவோர் நினைவு அவர்களுக்கு வந்ததாலா?
டயோனிசஸ் தியேட்டரைப் பார்த்தவாறு
இருவரும்
ஒருவருக்கொருவர் கிசுகிசுக்க வேண்டும்
என்று எண்ணியதாலா?
நிகழ்கால மற்றும் கடந்தகால
நாடகங்களை
ஒருவேளை ஒப்பிடுகிறார்களா அவர்கள்?

ஜனநாயகத்தின் விதை (முதலில்) விதைக்கப்பட்ட
ஏதென்ஸ்
உங்கள் மடியில்.

அந்த நினைவு ஒருபோதும் மங்காது என்பதை
நான் அறிவேன்.
ஆனால்
உங்கள் பச்சை மலைகளின் கரங்களில்

அதிவேகமாக நகரும் ரயில்கள்.
வேகமாக, மிகவேகமாக ஓடுகின்றன.
இலையுதிர்காலத்தின் வாடிய மரங்களும்
மூங்கில்களும்
திடீரென்று பெய்த மழையில்
திகைத்து நிற்கின்றன
இலைகளைப் பிரசவிக்கும்
ஆசையால் நுகரப்பட்டு.

வாழ்க்கையும் ஒரு சாலைதான்.
சாலையின் எல்லை
கண்டிப்பாக இருக்க வேண்டும்.

ஆனால் சாலைகள் இல்லாத வாழ்க்கை
எங்கு செல்ல முடியும்
என்பதை மறைக்க
நிறைய தளங்கள் உள்ளன
என்ற எண்ணம்.

குளிர்காலப் பகற்பொழுதில்
ஆற்றங்கரையில் அமர்ந்திருக்கும் அழகிய பெண்
தன் நீண்ட கூந்தலை அவிழ்த்து
மூலிகைகளால் அலச வேண்டும்.
ஏனெனில்
அவளுடைய நீண்ட கூந்தலில் அல்லவா
கனவு பின்னப்பட்டுள்ளது?
நறுமணமுள்ள மூலிகைகளைச்
சுமந்து செல்லும்
நதி நீரோட்டத்தின் இலக்கு
பரந்த விரிவை அடையுமல்லவா?

இரவின் இருளில்
மினுமினுக்கும் பல்புகள்
உணவகங்களிலிருந்து இடைவிடாமல் எழுந்து

தெருவைச் சுற்றி வரும்
சிகரெட் புகையைப் பார்க்கின்றன.

சிறிய படகுகள்
பெரிய கப்பல்கள்
இரவோடு கலந்தும்
பகற்பொழுதின் துணையுடனும்.
முடிவை நோக்கிய பயணத்தில்
இலக்கை நோக்கிச்
சாலைகளின்மீது
இப்பயணம்.

⊙

பொக்ரான் கார்கில் கெய்சல்

சரட்சந்த் தியம்

பகட்டான வலிமையுடைய
பாலைவனம்

மிகவும் பரந்தது.
பிரம்மாண்டமானது.
மங்கலானது.
பரவலானது.
வலிமை வாய்ந்தது.
ஈடு இணை அற்றது.
அனைத்துக்கும் மேலாக
மிகவும் சக்தி வாய்ந்தது.

மணல் நிலம்.
மணல் துளிகள்
மணல் நிலம்.
மணல் துகள்களால் ஆன நிலம்.
நமக்குத் தெரியும்,
அதன் சக்தி குறித்து.
நமக்குச் சுருக்கமாக எடுத்துரைக்கப்பட்டுள்ளது.
நமக்குச் செயல்விளக்கமளிக்கப்பட்டுள்ளது.

பனி
ஒன்றின் மேலான மற்றொரு அடுக்கு.
ஒவ்வொரு குன்றையும் மூடியபடி.
நிறமற்றதாகிவிட்டது தண்ணீர்.

திரவமாகப் பாயும்போது
மீண்டும் இரத்தமாக மாறிவிட்டது
அது.

*பனிச்சரிவுகளில் பதிந்திருக்கும்
புல்லட் துளைகள்.
இரவும் பகலும் இரத்தக் கறைகளால்
கவனமாகப் பாதுகாக்கப்படுகின்றன.*

*வெற்று நிலம்
முற்றிலும் தரிசு.
மக்கள் வசிக்காத,
முற்றிலும் அமைதியான
அந்த வெற்று நிலம்.
விடியல் அப்போதுதான் தொடக்கம்.*

*நெற்றியிலுள்ள வியர்வையை
அன்புடன் மெதுவாகத் துடைக்கிறது,
மரணம்.*

*கிழிந்த உடல்கள்
காலை ஒளிரும் கதிர்களுக்கு மத்தியில்.*

*துர்நாற்றம் வீசும் உறுப்புகளுக்கு மத்தியில்
குளித்துக் கொண்டிருக்கின்றன
மிருதுவான புதிய பொம்மைகள்.*

*கல் சிலைகளே
காகிதத்தால் செய்யப்பட்ட மலர்களே
கண்ணாடியால் ஆன பறவைகளே
இந்த வனாந்தரத்தில்
உல்லாசமாக மலர்ந்து
பாட வாருங்கள்.*

மகிழ்ச்சியாக, சுதந்திரமாக.

◉

மனித வெடிகுண்டு

சரட்சந்த் தியம்

உயிர்களுக்கு மிக நெருக்கமான துணை
மரணம்.
ஆனால்
விமானங்களில்
ரயில்களில்
பேருந்துகளில்
கப்பல்களில்
மனித வெடிகுண்டுடன் பயணிக்க விரும்பவில்லை.
மேலும்
ஒரு பூங்காவில்

ஓர் அரங்கத்தில்
பாராளுமன்றத்தில்
ஒரு மண்டபத்தின் உள்ளே
மனித வெடிகுண்டுடன் உட்கார விரும்பவில்லை.

ஒரு மனித வெடிகுண்டால்
உந்தித் தள்ளப்பட்ட,
வெளியே ஒட்டிக்கொண்ட
அந்தக் கழுத்துகள்
தீப்பிழம்புகள் கொழுந்துவிட்டு எரியும்
நெடுங்கதையின் உச்சியில் இருந்து
உயிருடன் இருக்க
ஒரு வழியை மட்டுமே தேடுகின்றன.

மரணத்தை முற்றிலும் காதலிக்கும்
மனித வெடிகுண்டுகள்
ஒன்றன் பின் ஒன்றாக
நெருங்கி வருகின்றன.

அலுவலகங்களுக்கும்
சந்தைகளுக்கும்
மேட்டுக்குடியினரின் வீடுகளுக்கும்.

ஒரேயொரு நோக்கத்திற்காக
முன்னேறிச் செல்கின்றன அவை.
மரணத்தோடு திருட்டுத்தனமாகக்
கைகோர்த்தபடி.
மனிதனின் கற்பனையில்
சொல்லொணா எண்ணிக்கையில்
மனித வெடிகுண்டுகள்
இனப்பெருக்கம் செய்யப்படுகின்றன.

எங்கே பயணத்தின் முடிவு?
ஆண்களுக்கிடையிலான
இந்தப் போர்களுக்கு மத்தியில்
மனிதர்களைக் கொண்டு உருவாக்கப்பட்ட
இந்தக் குண்டுகளுக்கு மத்தியில்
ஒரு கேள்வி தோன்றுகிறது
பூமியின் முகத்தில்.

உயிருள்ள மனித வெடிகுண்டும்
உயிரற்ற அணுகுண்டும்
இந்தப் போர்க்களமாக மாறிய பூமியில்
எப்படிப் போரை நிகழ்த்தமுடியும்?

☐ மணிப்பூரியிலிருந்து ஆங்கிலத்தில்
மொழிபெயர்த்தவர் ராபின் எஸ். நங்கோம்.

ஒரு கிராமத்துப் பெண்

சொரொக்கைபம் கம்பினி

அவிழ்க்க மாட்டேன் நான் என் முடியை.

ஒரு கிராமத்துப் பெண், நான்.
கிராமத்துப் பெண்கள்
தங்கள் தலைமுடியை அவிழ்க்கமாட்டார்கள்.
நம் தலைமுடியின் ஓர் இழைகூட
காற்றினால் அலைக்கழிக்கப்படுவதில்லை.

நான் வானத்தை நோக்குவதில்லை
இருண்ட வானத்தின்
தங்க நட்சத்திரத்தை.

கிராமத்துப் பெண், நான்.
கிராமத்துப் பெண்கள்
வானத்தை நோக்குவதில்லை.
ஒரு நட்சத்திரம் கூட விழாது
நம்பொருட்டு.

காலைப் பனியில் நனைந்த
மேய்ச்சல் நிலத்தில்
நான் சுற்றி நடப்பதில்லை.
நம் பொருட்டு
ஒரு பனித்துளிகூட விழுவதில்லை.
கிராமத்துப் பெண்கள், நாம்.
ஒரு காலைப்பூ கூட உதிர்வதில்லை
நம் காலடியில்.
அதனால்தான் நாம்
மலரினை முகர்ந்து பார்க்கும்போது
சிரிப்பதில்லை.

ஒவ்வொரு முறையும்
பொன்னான நெல்லையும் மண்ணையும்
முகர்ந்து பார்க்கும்போதும்.

எங்கள் தாயின் தலைமுடியை
அடுப்புக் கரியால் வண்ணம் தீட்டும்போது
மட்டுமே சிரிப்போம்.

ஏனெனில்
கிராமத்துப் பெண்கள், நாம்.

☐ மணிப்பூரியிலிருந்து ஆங்கிலத்திற்கு
மொழிபெயர்த்தவர் ராபின் எஸ். நங்கோம்

ஒரு கனவின் கதை

யும்லெம்பம் இபோம்சா

வேறு யார் காண்பார்கள்
அத்தகையதொரு கனவினை?

நானொரு கனவு கண்டேன்
மிகவும் இனிமையான ஒன்று
அது கிட்டத்தட்ட
ஒரு கெட்ட கனவு போல் தொடங்கியது.
அது எங்கள் வீடு
உள்ளே இருட்டு.
வீட்டின் தரையில்
குழந்தைகளின் உடல்கள்.
வாகனங்கள் மேலேறி நசுக்கிய எலிகளைப் போல,
எங்கும் சிதறியுள்ளன
அவர்களின் குடல்கள்.
நீண்ட அடி எடுத்து
வைக்கிறேன்.
எச்சரிக்கையுடன்.
ஆனால் ஓடும் ரத்தத்தின்மீது நடக்கும்போது
என் உள்ளங்கால் எப்படியும் ஒட்டும்.
மிகவும் கவனமாக, மிகுந்த முயற்சியுடன்
நான் கதவைத் திறந்து வெளியே வந்தேன்
எனக்கு முன்னால்
விரிவடைந்திருந்தது ஒரு நீண்ட சாலை.
தூரத்தில், மங்கலாகவும் கலங்கலாகவும்.

கூடவே உலா வந்தனர் சிலர்.
துப்பாக்கித் தோட்டாக்கள்
ஒழுங்கான வரிசைகளில்
சாலையின் வலப்பக்கத்திலும்

இடப்பக்கத்திலும்.
வயல்வெளிகளின் புல்வெளிகளின்
ஒவ்வொரு பொந்திலும்
மூலைகளிலும், நிழலான இடங்களிலும் கூட.
துப்பாக்கிகளின் முகவாய்கள்
நேர்த்தியான வரிசைகளில் ஒட்டிக்கொண்டு.

என் கன்னத்திற்கு அருகில் ஒரு துப்பாக்கிக் குழல்,
என் உதடுகளுக்கு அருகில் மற்றொன்று.

யாரோ 'சுடு' என்று கத்தினார்கள்.

அவர்கள் நடத்திய துப்பாக்கிச் சூட்டில்
நான் சுடப்பட்டேன்.

என் கன்னத்தைத் தாக்கியது,
ஒரு குண்டு.
என்ன இது!

துப்பாக்கியால் சுடப்பட்டேன்.

இளம்பெண்ணின்
மென்மையான கரத்தின் அரவணைப்புப் போல.
சுடப்பட்டதில்
நான் எவ்வளவு மகிழ்ச்சியாக இருக்கிறேன்.
வாய்க்குள் நுழைந்த இந்தக் குண்டு
என் வாயில் படுவது
ஒரு மெல்லிய திராட்சையைப் போலத்தான்.

உரக்கக் கத்தினேன் -
திராட்சைகள் துப்பாக்கிக் குண்டுகளானால்
மீண்டும் மீண்டும்
என்னைச் சுடுங்கள்.
மீண்டும் மீண்டும்.

"சுடு"
ஜூன் வெள்ளத்தைப் போல
சுட்டுக் கொண்டிருந்தார்கள்
இடைவிடாமல்.
என் முன்னே குவிந்தன -
திராட்சைகள், பாதாம்கள், உலர்திராட்சைகள்.
இது வேடிக்கையானது.
வேடிக்கையானது.
துப்பாக்கிச் சூட்டின் ஒலி -
அது மெல்லிதாய் வருடும் புல்லாங்குழலின்
சிதாரின்
வயலினின்
இனிமையான திரிபு.

நான் சொல்வதைவிடவும்
பெரும் நகைப்புக்குரியது இது.
அழகான பல வண்ண மலர்கள்
பூத்தன துப்பாக்கிக் குழல்களிலிருந்து.

ஒரு மெல்லிய தென்றல்
மெதுவாக வீசத் தொடங்கியது.

கன்னித் தங்கத்தின்
புத்தம்புது பொன்னிற ஒளிக்கற்றைகள்
மலைகளிலும் பள்ளத்தாக்கு நெடுகிலும்.

இளம்பெண்களின் விருந்துகள்
மூலிகைகளின் நறுமணத்தால்
சிவந்த அவர்களின் கூந்தல்.
குதூகலத்துடன் மலர்ந்த முகங்கள்.
மகிழ்ச்சியான இளைஞர்களின் முன்னால்
அவர்கள் நடக்கத் தொடங்கினர்.

திருமணத்திற்குச் செல்வதுபோல்
முதியவர்களும்

அலங்காரமாக நடக்கின்றனர்...
சந்தைக்குச் செல்லும் பெண்கள்,
திரும்பிவரும் பெண்கள்,
மகிழ்ச்சியுடன்
ஒருவரையொருவர் வரவேற்று,
மகிழ்ச்சியுடன் ஒன்றாகச் சிரிக்கிறார்கள்.

இவையெல்லாம் ஒரு கனவு.

நான் கனவு காண்கிறேன்,
உறக்கத்திலிருக்கும்போதே.

ஆனால்,
அது தெரிந்தும்
விழிக்க விரும்பவில்லை நான்.

யார் காணக்கூடும்
இத்தகையதொரு கனவை?

⊙

ஆழமாக நகர்கின்றன இந்த ஆறுகள்

யும்லெம்பம் இபோம்சா

மிகவும் கவர்ச்சியானவை, இந்த ஆறுகள்
மேலும் ஆழமாக நகர்பவை.
மிகவும் கவர்ச்சியானவை, இந்த ஆறுகள்.

தங்கள் கணவர்களுக்கு முன்,
இளம் மனைவிகள் போன்று
கடினமான கற்பாறைகளின்
மார்பகங்களிலும் தொடைகளிலும்
நகர்பவை.

தாழும் மரங்கள்
ஆற்றின் கன்னத்தில் இரகசியமாய் முத்தமிடுகின்றன
புல்லும் கூட.

இல்லத்தரசிகள்
தங்கள் கடந்தகால கன்னிப்பருவத்தில்
இளைஞர்களை நினைவுபடுத்துவது போல,
நடுங்கும் நினைவைச் சுமந்து
நிழல்களை விட்டுச் செல்கிறது ஆறு.

அந்தக் காலம் எவ்வளவு கடுமையானது?
இன்று ஆற்றின் மடியில் படகுகள் மிதக்கின்றன.
தாயின் மடியில் பாலுண்ணும்
குழந்தைகளைப் போல.
பழங்காலக் கதைகளை
ஊறவைக்கிறது மணல்.

மிக நீளமானவை இந்த ஆறுகள்.
பின்னர் அவை
கடலின் பெரும்பரப்பில் மூழ்கும்.

இரவிலும் பகலிலும் அலைவீசும் கடல்.
புதிதாகத் திருமணமான
பெண்களின்
கிளர்ச்சியடைந்த மார்பகங்களைப் போல.

எவ்வளவு களைத்துள்ளன இந்த அலைகள்.
இதுதான் வாழ்க்கை.

◉

வெற்றிபெற்றவரின் போர்க்களம்

யும்லெம்பம் இபோம்சா

வெற்றி வீரர்கள் நாங்கள்.

மலை உச்சிகளில்,
மலைகளுக்குக் கீழே,
வானத்தில்,
ஆறுகளில்
நகரங்களின்
உயரமான கட்டிடங்களுக்கு மத்தியில்.
எங்கள் கைகளில் வீழ்ந்த பெண்கள்
அவரவர் கணவர்களின் முகத்தில் உமிழ்ந்தனர்.

நெடுஞ்சாலைகளின் தூசியில்
வறண்ட புல்வெளிகளில்
புல் இல்லாத பாறை நிலத்தில்
நட்சத்திரங்கள் சுழன்றுகொண்டே இருக்கின்றன.

ஒரு சிதைந்த தட்டுபோல,
தனித்த நிலவு அமைதியாய்.
எரிந்த பூமியின் விரிசலில்
ஆப்பு வைத்தது நிலவு.
இணக்கமான, புரிந்துணர்வுடைய
மனிதர்களின் கிரீடத்தில்
கொடிக்கம்பங்கள் நடப்படுகின்றன.
ஆறுகள் வானத்தில் பாய்கின்றன.
செவிடாக்கும் கர்ஜனையுடன்.
பெரிய மீன்கள் குதித்து விளையாடுகின்றன.
ஆற்றின் சுழல்களில் துள்ளிக் குதிக்கின்றன.

பைத்தியக்கார அலைகள்
வெற்றிப் பாடல்களைப் பாடுகின்றன.
பலத்த காற்று பூமிக்கு அடியில் வீசுகிறது.

ஒரு நிர்வாண மனிதனின் உடலிலிருந்து
சொட்டுகிறது
இரத்தம்.

தைரியமான பெண்கள்
நம்முடையவர்களாக மாறுகிறார்கள்.

ஆயுதமேந்தி வெற்றிபெற்ற
ஆண்கள். நாங்கள்.
நகரங்களில்,
உயரமான கட்டடங்களில்,
தொலைக்காட்சித் திரைகளில்,
செய்தித்தாள்களின் பக்கங்களில்.

கோழைத்தனமான பெண்கள்
தங்கள் கணவர்களின் இடுப்பை
இறுக்கமாகப் பிடித்துக் கொள்கிறார்கள்.

கேடுகெட்ட ஆண்கள்
மனைவியின் கைகளைப் பிடித்தபடி
நடக்கிறார்கள்
பழங்காடுகளை நோக்கி.

நம் தலைகளின் கிரீடத்தில்
அடர்ந்த காடுகள் உள்ளன.

புதிய சாலைகளும் பழைய சாலைகளும்
சிக்கலாகின்றன
இரவு நேரங்களில்
வழிதவறிச் செல்லும் குழந்தைகளைப் போல.
இதயமற்ற மருத்துவர்களின் அணுகுமுறையால்,
குற்றமிழைத்த சிறுவர்கள்
அலைகின்றனர்
பழைய சாலைகளில் மீண்டும் மீண்டும்.

திறமையான நடிகர்கள்
உதடுகளில் சிரிப்புடன்
வாய் திறந்து
வெற்றிக் கொடியைப் பறக்கவிடுவார்கள்.

தொலைந்து போன பல பாம்புகளைப் போல்
பல புதிய சாலைகள்.
சிதைந்த நூல்சக்கரங்களைப் போன்றவை.
ஒன்றையொன்று கேள்விக்குள்ளாக்கும்
புதிய வார்த்தைகளுடன்.

தீவட்டியை ஏந்தியபடி
ஒரு முதியவள்.
மெதுவாக நடந்து வருகிறாள்.
வானத்திலிருந்து மெதுவாக.

சாலைகளை வெறித்துப் பார்த்து
எதையோ தேடுவதைப் போல
எதையோ தொலைத்துவிட்டதைப் போல.

கடுமையான போர்க்குரல் எழுப்பி விரைகிறோம்
நாங்கள்
கிழவியை முற்றுகையிட.

●

அனைத்துச் சாலைகளுக்கு நடுவிலும்
அசையாமல் நிற்கிறாள் அவள்.
ஒரு காலினை உயர்த்தி
ஓர் அடிகூட அசையாமல்.
வெற்றி வீரர்களாகிய எங்களின்
நெற்றியை எட்டி உதைக்கக்
காத்திருந்தபடி.

□ மணிப்பூரியிலிருந்து ஆங்கிலத்திற்கு
மொழிபெயர்த்தவர்: ராபின் எஸ். நங்கோம்

மண்புழுவும் நானும்

யும்லெம்பம் இபோம்சா

நான் கொல்ல விரும்பும் பலர் உள்ளனர்
பற்களை உடைக்க விரும்பும் பலரும் உள்ளனர்
யாருடைய கண்களைக் கூழாக்க நான் விரும்புகிறேனோ
யாருடைய வயிற்றை எட்டி உதைக்க விரும்புகிறேனோ
அந்தப் பலர்.

நான் ஏன் இவ்வளவு மோசமாகிப் போனேன்
தெரியவில்லை
நான் முன்பு மிகவும் நல்லவனாகத்தான் இருந்தேன்

மண்புழுவைப் பார்த்தால்
என்னால் வெட்கப்படாமல் இருக்க முடிந்ததில்லை
எவ்வளவு மரியாதைக்குரியது
எவ்வளவு மென்மையானது
கொஞ்சம்கூடச் சிரமமின்றி
விழுங்குகிறது தவளை அதனை.
அது ஒன்றும் சொல்வதில்லை.
எறும்புகள் அதனைத் தம் பற்களில் சுமந்து கொண்டு செல்கின்றன
அது மேலே லேசாக நெளிய மட்டுமே செய்கிறது

மண்புழு எறும்பை ஒருபொழுதும் கடிக்காது
சுத்தமாகவும் நேர்த்தியாகவும் அமைதியாகவும் இருக்கும்
அது யாரையும் பயமுறுத்துவதில்லை,
யாரையும் தாக்குவதில்லை,
மண்புழு சுத்தமாகவும் மாசற்றும் இருக்கிறது
ஒருபொழுதும் பேசுவதுகூடக் கிடையாது
அலறுவதும் இல்லை
ஒருபோதும் புகார் செய்வதில்லை

அகிம்சையின் சின்னம்,
அமைதியின் உருவம் மண்புழுவன்றி வேறெது?
மண்புழு என்னிடமிருந்து எவ்வளவு வேறுபடுகிறது!
நான் ஏன் வெட்கப்படக் கூடாது
ஒரு மண்புழுவைப் பார்க்கும்போது?
எவ்வளவு பெரிதாக வேறுபட்டிருக்கிறது
ஓர் ஒப்பற்ற மண்புழு!

⊙

வசந்தகாலத்தின்போது

யும்லெம்பம் இபோம்சா

கட்டற்ற நினைவுகளின் திறப்பு
என்னை மீண்டும் மீண்டும் நேசித்தபோது
யாருடன் எல்லா விஷயங்களையும் நான் பேசுவேன்?
கருவுற்ற மேகத்தின் சரணாலயத்தில்
அடைக்கலம் தேடிய காட்டுப் பறவை,
நிலவொளியில் மூழ்கிய இரவின்
இலை நனைத்த உடலை
நோக்கியது வெட்கத்துடன்.

அவை அவசரம் இல்லாமல்
மெதுமெதுவாகச் சிதறுகின்றன
தனிமையான நீரின் பரப்பை நோக்கி.

மீண்டும் அவிழ்ந்துகொண்டபிறகு
மீண்டும் மீண்டும்
மேனகாவின் மார்பகங்கள்,
தொடைகள், இடுப்புகள்
அலைகளைப் போல அலையலையாய்
விற்பனைக்கு வைக்கப்பட்டன.

ஆற்றல் மிக்க மதுவின் தூண்டுதலால்
சாயமூட்டப்பட்ட தீவிளக்கொளியில்
இளவரசர்கள் தங்கள் வாயைப் பிளந்து பார்க்கிறார்கள்.
அடிமைகளும் பார்க்கிறார்கள்.

யாரிடம் சொல்ல என்ன இருக்கிறது?
அவர்களின் வீரியம் செலவழிக்கப்பட்டது,
இன்றைய இந்த இளவரசர்கள்
ஆடைகளின் உள்ளே எழ முடியாத
வெறும் ஆண் உடல்கள் மட்டுமே.

மேனகாவுக்காக ஆசைப்பட்டு
சந்தர்ப்பத்திற்கேற்ப எழ முயல்பவர்கள்.
அவர்களுக்குச் செய்ய எதுவுமே இல்லாததுபோல்
ஆடைகளுக்கு கீழே
தங்களைத் தாங்களே எழுப்பிக்கொள்ள முயல்கிறார்கள்.
நாம் மீண்டும் நிலவொளிக்குத் திரும்ப இயலாது.
மேகங்களிடமும் சென்று சொல்ல இயலாது.
அவர்களின் அங்கங்கள் - இப்போது பாறைகள்.

பறவைகள், பூக்கள், மரங்கள்
அனைத்தும் கைவிட்டுவிட்டன நம்மை.
அசைக்க முடியாத கற்பாறைகளுக்கு மத்தியில்.

இப்போது யாரைப் பார்ப்போம்?
அங்குமிங்கும் பெண்களும் சிறுவர்களும்
வரிசையாக வந்து கொண்டிருப்பதுபோலத் தெரிகிறது.
அவர்களில் நம் குழந்தைகளும் இருக்கக் கூடுமோ?
இந்த உயிரற்ற பாறைகளின் நிழலில்
வசந்தகாலச் சூரியன் ஏன் மறைகிறது?
வசந்த காலம் வரும்போது
இளைஞர்களாகவும்
பெண்களாகவும்
பரிணமிப்பார்கள்
இந்தக் குழந்தைகள் அனைவரும்.

◉

இமோயினு*வை வணங்குதல்

யும்லெம்பம் இபோம்சா

குளிர்காலமோ அல்லது கோடைக்காலமோ
குண்டுகள் வெடித்தாலும் சரி
வெடிக்காவிட்டாலும் சரி
முகங்களும் கண்களும் உதடுகளும்
வண்ணங்களால் பொலிவூட்டப்பெற்று
லாவகமாக நடக்கிறார்கள் அழகான பெண்கள்
பெண்களை நடக்க விடுங்கள்.
குறுக்குத்தீ இருக்கிறதோ
அல்லது குறுக்குத்தீ இல்லையோ,
மரணங்கள் சம்பவிக்கிறதோ அல்லது
மரணங்கள் சம்பவிக்கவில்லையோ
ஆண்கள் எப்போதும்
அழகான பெண்களைப் பார்க்கிறார்கள்
அழகான ஆண்கள்
அழகான பெண்களைப் பார்க்கிறார்கள்,
அசிங்கமான ஆண்களும் பார்க்கிறார்கள்.

2

உருமுகிறாள் என் மனைவி
"நான் எலியாக மாற விரும்புகிறேன்"
தான் ஒரு எலியாக மாற வேண்டுமென்று
தினமும் உருமுகிறாள்.
அவள் நச்சரிப்பதைத் தாங்க முடியாமல்
அவள் ஒரு எலியாக இருக்கலாம்
அல்லது ஒரு நாரையாக இருக்கலாம்
என்று சொல்லி நூறு ரூபாயைக் கொடுத்தேன்.
சிட்டாக மாறிய அவள்

---

* இமோயினு – செழுமைக்கான மெய்த்தி தெய்வம்.

உடனே பறந்து சென்றாள்.

எனக்குள் மெலிதாகச் சிரித்துக் கொண்டேன்.
விசில் சத்தம் வெளிப்பட வீட்டிலிருந்து வெளியேறினேன்.
கோபாலுடன் சூடான தேநீர் அருந்தியபடி*
ஹோட்டல் ராஜ்தானியில்
தீவிரமான விஷயங்களை விவாதிக்கிறோம்.
பந்த் முற்றுகை,
ஆயுதப்படை சிறப்பு அதிகாரச் சட்டம் குறித்த விவகாரம்
*இரோம் ஷர்மிளா**, கமலா***, சதானந்தா****,*
சதாம் ஹுசேன், சோனியா,
விவாதம் ஒருபோதும் முடிவடையவில்லை.

இரவு வெகு நேரம் ஆனபோது
மீண்டும் விசிலடித்துக் கொண்டே வீடு திரும்பினேன்.
பருவ மழையை அழைக்கும்
தேரையைப் போல் மாறி
அங்கிருந்தாள் என்னவள்.
உறங்கச் சென்றேன் விசில் அடித்தவாறே
உறங்க முற்பட்டபோது
என் மனைவி பறந்து உள்ளே வந்தாள்
டிராங்கோவாக மாறியபடி.
என் முன் நெற்றியில் இருந்த
கத்தையான முடியைக் கொத்தத் தொடங்கினாள்.

இமோயினு நாள் காலையில்
ஒரு பெண் தெய்வம்போல்
மினுமினுப்புடன்

---

* கோபால் – அதிக வெளியீடுகளைக் கொண்ட ‘போக்நபம்’ மணிப்பூரி செய்தி இதழின் ஆசிரியர்.

** இரோம் ஷர்மிளா – இரோம் ஷர்மிளா சானு (பிறப்பு 1972) மணிப்பூர் மற்றும் பிற வடகிழக்கு மாநிலங்களில் இருந்து ஆயுதப்படைகள் சிறப்பு அதிகாரச் சட்டத்தை (1958) வாபஸ் பெறக் கோரி, 10 ஆண்டுகளுக்கும் மேலாக உண்ணாவிரதம் இருந்த வடகிழக்குச் சமூகச் செயற்பாட்டாளர்.

*** கமலா – மணிப்பூரி திரைப்பட நடிகை.

**** சதானந்தா – மணிப்பூரி திரைப்பட நடிகர்.

அங்கே நின்று கொண்டிருந்தாள் என்னவள்.
நான் இன்று அவளிடம் பழகியாக வேண்டும்
அவள் என் மனைவியாக இருந்தபோதும்.
நான் பழகாவிட்டால்
அது நிந்தனையாகி விடாதா?

□ மணிப்பூரியில் இருந்து மொழிபெயர்த்தவர்
ராபின் எஸ். நங்கோம்

கடைசி கனவு

யும்லெம்பம் இபோம்சா

உயிரற்ற வயல்வெளிகள் கருகி வறண்டு கிடக்கின்றன
மௌனத்தில் விளைந்த மரணம் போல.
சாண வரட்டிகளிலிருந்து எழும் அடர்ந்த புகை
மேலும் கீழுமாய்
பொதிந்து கொள்கிறது
உள்ளீடு எதுவுமில்லாத
ஆன்மாவற்ற கிராமத்தினை.

2

குறுகிய கிராமப் பாதைகளில்
கிராமவாசிகள் சவப்பெட்டியை எடுத்துச் செல்கிறார்கள்.
அவர்களின் இதயங்களை வாயில் அடைத்துக்கொண்டு.
எதையும் வெளிக்கொண்டு வரமுடியவில்லை
அவர்களால்.

எத்தனை ஆண்டுகளுக்கு முன்பு என்று தெரியவில்லை -
நெடுங்காலத்திற்கு முன்னதாக ஒருவேளை இருக்கக்கூடும் -
முன்னொரு நாள்,
அவர்கள் ஏற்கனவே ஒரு வயதான பெண்ணை
சிதையின்மீது கிடத்தித் தகனம் செய்திருந்தார்கள்.
கிராமத்திற்கு அருகிலுள்ள இந்தக் கரையில்
அவளது சதை மற்றும் எலும்புகள் அனைத்தையும்
அவர்கள் தீயின்வசம் ஒப்படைத்து எரியூட்டினர்.

ஆனால் அவள் எப்படித் தொடர்ந்து வாழ்ந்தாள் என்பதை
ஒருவராலும் புரிந்துகொள்ள முடியவில்லை.

கிழவி கரையெங்கும்
குறுக்கும் நெடுக்குமாகச்
சைகை செய்தவாறே நடமாடிக் கொண்டிருந்தாள்

ஓ கிராமவாசிகளே!
ஓ கிராமவாசிகளே!
அந்தப் பலவீனமான முதிர்ந்த பெண்
எங்களைப் பார்த்தவாறே நிற்கிறாள்
பரந்த நீர்நிலையின் குறுக்காக.

ஆம், அவள் இந்தக் கிராமத்தின் பண்டைய பெண்தெய்வம்
அதனால்
ஆற்றின் குறுக்காக நீந்தியபடி
அவள் தன் பழைய வீட்டிற்கு அழைத்துச் செல்லப்பட்டாள்.
அப்படி இருக்க முடியாது
அப்படி இருக்க முடியாது
அவள் பல ஆண்டுகளுக்கு முன்பு இறந்துவிட்டாள்.
அவள் உயிரோடு இருக்கச் சாத்தியமே இல்லை.
கிராமத்தவர்கள் விரைந்து வந்து
தெளிவில்லாமல் வெறித்துக் கொண்டிருக்கும் கிழவியைச்
சவப்பெட்டியில் வைத்தனர்.
இவ்வாறாகக் குறுகிய கிராமத்துப் பாதைகளின் வழியாக
அவளை அழைத்து வந்தனர்.

இப்போது பாடைகட்டி
சிதைமூட்டி
அதன்மீது சவப்பெட்டியை வைத்தனர்.
பிறகு அவர்கள் அவளைக் கீழே அழுத்தினார்கள்
கட்டைகளை ஒன்றன்பின் ஒன்றாக அவள்மீது அடுக்கினர்.

எரியும் தீப்பிழம்புகளின் நூறு நாக்குகள்
அவளின்மீது உயிர்பெறத் தொடங்கின.
கிராம மக்கள் வட்டமாகச் சுற்றிநின்று
வேடிக்கை பார்த்தனர்.

பயனற்ற கிழவி இவள்.
மிகவும் பொல்லாத மூதாட்டி இவள்
இவள் அனுப்பிய
வேட்டையாடும் பேய்களால்
கிராமமே பாழாகிவிட்டது

கிராமவாசிகள் ஒருவருக்கொருவர்
சொல்லிக் கொள்கிறார்கள்.
நெருப்புக்குள் இருக்கும்
வயதான பெண் கோபமடைகிறாள்.

தன்னைப் பற்றி ஒரு வார்த்தை பேசப்படும் பொழுதெல்லாம்
அவள் தன் கையை விரிக்கிறாள்
அதைக் கூட்டுக்குள்ளிருந்து பிடுங்குகிறாள்.
இன்னொரு வார்த்தை பேசப்படும்பொழுது
காலினை வெளியே எறிகிறாள்.
இவ்வாறு ஒன்றன் பின் ஒன்றாக
கண்கள் மூக்கு தலை
தன் உடலில் உள்ள ஒவ்வொரு உறுப்புகளையும்
அவள் வெளியே எறிகின்றாள்.

இவ்வாறு மூதாட்டி தகனம் செய்யப்பட்டாள்.
இரவின் இருள்
கிராமத்தின் பரந்த நெற்றியைத் தழுவியது

தூங்குவதால்,
நிலைகளை மாற்ற முடியாது,
அவர்களால்.

பகல் நேரத்தின் தொடக்கப் பொழுதுகளில்
கிராமத்திலுள்ள ஒவ்வொருவருக்கும்
வருகின்றன தீக்கனவுகள்.

ஈரமான கண்களுடன் பார்க்கிறாள் கிழவி
அனைத்தையும்.

கடைசி வார்த்தை ஒன்று

யும்லெம்பம் இபோம்சா

உறங்கச் செல்வோம் நண்பர்களே
உறங்கச் செல்வோம்
ஆனந்தமான உறக்கத்தை
இன்று தேடுவோம்.

"வாழ்க்கை என்றால் என்ன?"
மீண்டும் இந்தக் கேள்வியை
எழுப்ப வேண்டாம்.

வாழ்க்கையின் பாதையை
நாம் கடந்து வந்துள்ளோம்.
சூரியன் எழுந்ததில் இருந்து,
இந்தக் கால்களை நடக்க வற்புறுத்த
இன்று நமக்கு ஆத்ம பலம் இல்லை.
உறங்குவோம்,
கனவு காண்போம், நண்பர்களே.

வாழ்க்கை - ஒரு கனவு மட்டுமே
போர் அல்ல, உலகமும் அல்ல.

ஒருபோதும் முடிவடையாத
அடுக்குமாடிக் குடியிருப்புகளைக்
கடந்து செல்லும்பொழுது,
நூற்றுக்கணக்கான மாடிக் கட்டடங்களின்மீது
முடிவற்று மேலே ஏறுவது போன்றது அது.
அல்லது
பாழடைந்த வெட்டவெளியில்
புதிதாக அடிக்கல் நாட்டுவதைப் போன்றது அது.
முடிவில்லாத ஏதோ ஒன்று.

இந்தக் கேள்விகளை
மறைத்து வைத்துக்கொள்ளுங்கள்
"வாழ்க்கையை வாழ்வதால் நமக்கு என்ன லாபம்?
இறப்பதால் நமக்கு என்ன லாபம்"
இந்தப் பாடம் உண்மை.

"ஒயின் குடி.
கஞ்சா புகை.
அபின் சாப்பிடு."

துன்பம் அல்லது இன்பத்தினால்
நாமடையும் லாபம் என்ன?
இன்பம் எங்கே உள்ளது?
இன்பம் என்றால் என்ன?

எல்லாவற்றுக்கும் மேல்
சுழல்கிறது ஒரு கேள்வி
கேட்காதே -
"அதன் பயன் என்ன?
அதன் பயனற்ற தன்மை என்ன?"
"இரண்டிற்கும் இடையே உள்ள
வேறுபாடு என்ன?"

வாழ...
மது அருந்து.
கஞ்சா புகை.
அபின் சாப்பிடு.
முழு உலகத்தையும் மறந்துவிடு
கனவுகளை வரவேற்று
மகிழ்ச்சியாகத் தூங்கச் செல்.
கேட்காதே:
"நாம் ஏன் பிறந்தோம்
நாம் ஏன் வாழ வேண்டும்".

வாழ்வது! சாவது!
என்ன வேறுபாடு இரண்டிற்கும் இடையே?

வாழ...
மதுவைக் குடி..
கஞ்சாவைப் புகை.
அபின் சாப்பிடு.
உலகம் முழுவதையும் மறந்து விடு.
மகிழ்ச்சியாகத் தூங்கி
கனவுகளை வரவேற்கத் தொடங்கு.

கனவுகள்
யதார்த்தங்கள்
இரண்டுக்கும் இடையே
என்ன வேறுபாடு.

வாழ...
மது அருந்து.
கஞ்சா புகை.
ஓபியம் சாப்பிடு.

◉

முதிய பெண்களும் சுவரொட்டியும்

யும்லெம்பம் இபோம்சா

பல ஆண்டுகளாக
ஒரு வயதான பெண் அமர்ந்திருக்கிறாள்
இந்தக் கிராமச் சந்தையில்
சந்தையின் ஒரு மூலையில்

இந்த மூலையைவிட்டு
அந்த முதியவள் ஒருபோதும் விலகுவதில்லை.
சந்தைக்குப் போகும்போதும்
சந்தையைவிட்டு வெளியே வரும்போதும்
அவர்கள் தினமும்
அவளை உதைக்கிறார்கள்
அவள் பக்கங்களிலும்,
அடியிலும் மார்பிலும்
ஒருமுறையேனும்.

ஒரு வார்த்தை கூடப் பேசுவதில்லை
அவள்.
அந்த இடத்தைவிட்டு நகர்வதுமில்லை.
சந்தையின் விறுவிறுப்பான பொழுதொன்றில்
சுற்றிலும் கூட்டம் திரள்கிறது.
முன்னும் முன்னும்
முன்னும் பின்னும்
நெருக்கியடித்துக் கூட்டம்.

சந்தையில்
பொருட்கள் விற்கப்படுகின்றன.

வயதான,
திருமணமான,
திருமணமான இளம்பெண்களின்மூலம்.

சந்தையின் மையத்தில்,
ஓர் இளம்தாய்
தனது ஆடையின் விளிம்பைக் கீழே இழுத்தபடி,
தனது மடியில் குழந்தைக்குப் பாலூட்டுகிறாள்.
பீடிப் புகையை உள்ளிழுத்தும்
பீடிப் புகையை வெளியிட்டும்.
பேரம் பேசுவதில் மட்டும் கவனம்.

மக்கள் சந்தைக்கு வருகிறார்கள்.
மக்கள் சந்தையை விட்டு வெளியேறுகிறார்கள்
அவர்கள் சந்தைக்கு வருகிறார்கள்

அவர்கள் வருகிறார்கள்
அவர்கள் போகிறார்கள்

அவர்கள் போகிறார்கள்
அவர்கள் வருகிறார்கள்.

◉

புத்தாண்டு வாழ்த்துகள்

யும்லெம்பம் இபோம்சா

அன்பே
வீரமணி இந்திரமணி
நுங்ஷிபி இபெம்நுங்ஷி
அல்லது சாந்திபாலா
இந்தப் புத்தாண்டு
உனதாகுக;
உங்கள் வாழ்க்கைக்கு.
இலி பிஹி லி

மகிழ்ச்சியாக இருங்கள்
சந்தோஷமாக இருங்கள்
நண்பர்களே, உங்களுக்காக,
உனக்காக அன்பே
இந்த வாழ்த்துகளை அனுப்புகிறேன்
புத்தாண்டுக்காக,
இலி பிஹி லி

நண்பன் இபோபிஷாக், நிர்மலா கமலா
பால்கிருஷ்ணா, ஹெலன்பி
வீரமணி மற்றும்
பிரமோ, சாந்தி,
பூபோன்சனா, பினாதேவி,
ப்ரோஜேந்திரா, பினோதினி,
இந்திரமணி, சந்திராஜினி,
இபோஹன்பி, இபெடோம்பி

மேலும்,
மூத்த சகோதரர் ஜோதிந்திராவின் மத்தூலிபி
இபோகனின் பிமோலா

உங்கள் அனைவருக்காகவும்
இந்தப் புத்தாண்டுக்காகவும்
இலி பிஹி லி

நாமனைவரும் மகிழ்ச்சியாக இருப்போம்,
நாமனைவரும் சந்தோஷமாக இருப்போம்
நாம் பட்டினி கிடக்க மாட்டோம்.

நம்மிடம் சோறு இல்லையென்றாலும்,
நம் அரசாங்கத்தின் அமைச்சர்கள்
தங்களைத் தாங்களே விழுங்கிக்கொண்டு,
காரில் வலம் வருகிறார்கள்.
நமக்காகச் சிந்திக்கிறார்கள்.
அவர்கள் நம்மை நினைத்துப்
பரிதாபப்படுகிறார்கள்.
இந்தப் புத்தாண்டுக்காக
இலி பிஹி லி.

நாம் ஏன் கவலைப்பட வேண்டும் இபோடன்?
மக்கள் பலரும்
பட்டினியால் தரையில் சாய்ந்து கிடந்தாலும்
மாநில விவகாரங்களின் குழப்பத்தோடு
தங்க ஜோடிக் காலணிகள்
அவர்களின் தலையில் மிதிக்கும்
என்பதல்லவா உண்மை?

நாம் ஏன் கஷ்டப்பட வேண்டும் ரஞ்சித்?
ஆயிரக்கணக்கான இளைஞர்களுக்குப்
போக்கிடம் இல்லை.
நாம் சுதந்திரமான மக்கள்.
நாம் ஜனநாயக நாட்டினர்.
நாம் கருத்துச் சுதந்திரத்தை
அனுபவிப்பவர்களல்லவா?
அழிவின் சுதந்திரத்தை
அனுபவிப்பவர்களல்லவா?

நாம் ஏன் கவலைப்பட வேண்டும்?
இம்பாலின் பலசரக்குக் கடைகளில்
நமக்கு எல் எஸ் டி மாத்திரைகளும்
மரிஜுவானாவும் கிடைப்பதில்லையா?

ஏன் கவலைப்படுகிறீர்கள் பாலு பாய்?
பல்கலைக்கழகத்தை முடித்துவிட்டு
வேலையில்லாது இருந்தால்,
இருக்கவே இருக்கிறது இங்கே ஒரு புத்தாண்டு
இலி பிஹி லி.

இப்படியாக இருக்கக்கூடுமென்றால்
மகிழ்ச்சியாக இருங்கள்,
சந்தோஷமாக இருங்கள்.
இந்தப் புத்தாண்டு கொண்டுவரும்
இலி பிஹி லி.

□ மணிப்பூரியிலிருந்து மொழிபெயர்த்தவர்
பி.எஸ். ராஜ்குமார்

முத்தமிடப்பட்டேன் நான்

யும்லெம்பம் இபோம்சா

கண்ணீரின் நிழல்கள்
என்னை முத்தமிட்டன மீண்டும் மீண்டும்.
குழந்தைகளுக்காக
இன்று இன்னும் அழுது கொண்டிருக்கிறேன்
முற்றிலும் அப்பாவிகள் அவர்கள்.
அவர்களைத் தாங்கும்படி
யாரும் சொல்லவில்லை உன்னிடம்.
கடின மரத்திலும் துளிர்க்கும் புதிய இலைகள்...
எவ்வளவு மென்மை.
ஒரு கன்னிப்பெண்
இலைகளுள்ள மரத்தின்
கடினமான மரப்பட்டையை
இறுக்கமாகப் பிடித்துக் கொள்கிறாள்.
அவை
தங்க இறக்கைகளுடைய பறவைகளைப் போல்
கண்டிப்பாக வரும்.

நிச்சயம் புலரும்
விடியல் பொழுது.

மணிப்பூரி இலக்கியத்தில் யாவோல் கவிதையின் எழுச்சி

ஷேத்ரிமாயும் பிரேம்சந்திரா

ஜூன் 2022 வெளிவந்த *'ரூப்கதா'* இதழின் 14 ஆம் தொகுதியில் இடம்பெற்றுள்ள கட்டுரை இது. திரிபுரா பல்கலைக்கழகத்தின் ஆங்கிலத்துறை உதவிப்பேராசிரியர் ஷேத்ரிமாயும் பிரேம்சந்திரா (Dr. Kshetrimayum Premchandra) அவர்களால் எழுதப்பட்ட கட்டுரையின் தமிழாக்கம் இங்கே அளிக்கப்பட்டுள்ளது.

மணிப்பூரி வார்த்தையான 'யாவோல்' என்பதற்கு 'ஒரு புதிய விழிப்புணர்வு அல்லது ஆரம்பம்' என்று பொருள். இச்சொல், அடிப்படையில் மணிப்பூரி கிளர்ச்சி இயக்கத்துடன் தொடர்புடைய ஒரு சொல்லாகும். இது உள்நாட்டில் 'யாவோலீஹூ' என்று அழைக்கப்படுகிறது. இந்த இயக்கத்தின் அச்சுறுத்தும் நிலையிலான அரசியல் கொந்தளிப்புத்தன்மை மற்றும் துருவப்படுத்தும் தன்மைகளுக்கு அப்பால், சில நல்ல விளைவுகள் மணிப்பூரி மொழியில் ஏற்பட்டன. உணர்ச்சிமிக்க, அற்புதமான இலக்கிய ஆக்கங்கள் எழுபதுகளிலிருந்து உருவாகத் தொடங்கின.

'சிக்கலான காலங்களில்' உருவான மிசோ இலக்கியத்தின் 'ரம்புவாய்' போன்றும் நாகா இலக்கியத்தைப் போன்றும்,

'யாவோல்' கவிதைகள், கவிதை இயக்கமாகவும் இலக்கியக் காலகட்டமாகவும் பரிணமித்தன.

கடந்த காலத்தின் ஏக்கங்களையும், கவிதைப் புனைவுகளையும் எழுதுவதை விடவும், வாழ்வனுபவங்களைப் புதிய பாணியில் எழுத வேண்டிய உந்துதல் மணிப்பூரி எழுத்தாளர்களிடம் உருவானது. உடன் விளைவாக அப்போதைய கிளர்ச்சி இயக்கத்துடன் தொடர்புடையதாகவும் அக்கவிதைகள் ஒருவகையில் திகழ்ந்தன.

மணிப்பூர் மாநிலத்தின் உள்ளார்ந்த தன்மையை மறைக்கும் வண்ணம், 'வன்முறை இலக்கியம்', 'இரத்த இலக்கியம்' போன்ற பெயர்கள், சில சமயங்களில் 'அகிம்சை'யோடு கூடிய செழித்த மணிப்பூரி கவிதை வெளிப்பாடுகளின்மேல் நிழலாடின. இருப்பினும், மணிப்பூரி இலக்கியத்தில், பரவலான வன்முறை மற்றும் அராஜகத்தைப் பற்றிப் பேசாமல் இருப்பது, வரலாற்று ரீதியாகவும் அழகியல் ரீதியாகவும் தவறானதாக இருக்கும்.

இத்தகைய தனித்த கவிதைப் பாணியை ஏன் மணிப்பூரிக் கவிஞர்கள் கடந்த நான்கு தசாப்தங்களாக ஏற்றுக்கொண்டனர் என்பதை விளக்குவதாகவும் மணிப்பூரி கவிதையியலில் இரத்தமும் வன்முறையும் கொண்ட கவிதைப்பாணி எவ்வாறு படிந்தது என்பதைத் தெளிவுறுத்துவதாகவும் இக்கட்டுரை அமைகின்றது.

மணிப்பூரிக் கவிதை வரலாற்றில் ஒரு தனித்த கவிதை மரபை உருவாக்க 'வன்முறை' ஓர் முக்கியப் பங்காற்றியிருப்பதை அறிய முடிகிறது. வன்முறை சூழ்ந்த ஒரு காலகட்டத்தில் படைக்கப்பட்ட கவிதைகளில் வன்முறை சித்திரிக்கப்படும் என்னும் பொதுவான நியதிக்கு உட்பட்டு மணிப்பூரிக் கவிதைகளிலும் வன்முறை ஒரு முக்கியப் பாடுபொருளாகியுள்ளதைக் காண்கிறோம். மாநிலத்தில் அதிகப்படியான வன்முறைப் பரவலின் உடன்விளைவாகப் பொதுமக்கள் தங்களைப் பலிகடாக்களாக உணரும் பரிதாப நிலைக்குத் தள்ளப்பட்டார்கள். அவ்வுணர்வு வெளிப்பாடே எழுபதுகளில் மணிப்பூரிக் கவிதைகளில் புலப்பட்டன எனவே, மணிப்பூரிக் கவிதையானது சமூகத்தில் கருத்து வேறுபாடுகளை எழுப்புவதற்கும் இயற்கையான ஒழுங்கை மீட்டெடுப்பதற்கும் ஒரு நேர்மையான முயற்சியாகக் கருதப்பட்டதில் வியப்பில்லை.

மணிப்பூர் போன்ற ஒரு சிறிய மாநிலத்தில், அராஜகவாதத்திற்கு எதிரான கொந்தளிப்பு நீண்ட காலமாக ஒப்புக்கொள்ளப்பட்டு, முக்கிய நீரோட்டத்தில் உள்ளது. ஆனால், அதே அராஜகவாதத்தின் உடன் விளைபொருளான இலக்கியம் பொதுவாக மறுக்கப்பட்டது போன்ற உணர்வுள்ளது என்பதைச் சொல்லத் தேவையில்லை. மணிப்பூரி இலக்கியம் அதிகப்படியான இரத்தத்தைச் சித்திரிக்கிறது என்பதும் மாற்றமின்றிச் சலிப்பூட்டுவதாக, மென்மையற்ற கவிதைமொழியைக் கொண்டதாக இருக்கிறது என்பதும், வரம்பற்றதாக இருக்கிறது என்பதும் பொதுவான புரிதலாக இருக்கிறது.

மணிப்பூரி இலக்கியம் ஓர் ஒற்றை நிறுவனமாகவும் இரத்தம் மற்றும் வன்முறைக்கான உருவகமாகவும் நம்பிக்கை வறட்சி மிகுந்த இலக்கியமாகவும் கருதப்படுகிறது. இந்த அனுமானங்களிலும் விளக்கங்களிலும் உண்மை சிறிதளவு உள்ளது. இருப்பினும், மணிப்பூரி இலக்கியம் இந்த மொத்தப் பொதுமைப்படுத்தல்களுக்கு அப்பாற்பட்டது என்பதே உண்மை.

சமகால மணிப்பூரிக் கவிதைகளில் ராபின் எஸ். நங்கோம் தொடர்ந்து கவலையோடு வெளிப்படுத்தும் சில படிமங்கள் குறித்த "பயங்கரவாதத்தின் காலத்தில் கவிதை" என்ற கட்டுரை நினைவிற்கு வருகிறது. அக்கட்டுரையில் அவர் பின்வருமாறு எழுதுகிறார்:

> சமகால மணிப்பூரிக் கவிதைகளில், 'துப்பாக்கிக் குண்டுகள்', 'இரத்தம்', 'அம்மா', 'சிவந்த நிறம்' மற்றும் நேர் எதிரிடையாக 'மலர்கள்' போன்ற படிமங்களின் பயன்பாடு ஆதிக்கம் செலுத்துகின்றது. இதனால், சமகால மணிப்பூரிக் கவிதைகள் தீவிர யதார்த்தவாதத்தினால் சூழப்பட்டுள்ளது என்ற விமர்சனம் எழுந்துள்ளது.

> மேற்குறித்த படிமங்கள், வேட்டையாடப்படக்கூடிய ஆபத்தும் ஒருவகையில் உள்ளது. யதார்த்தத்திற்கும் பிரதிபலிப்புக்கும் இடையே கவிஞர்கள் ஒருவேளை நுட்பமான சமநிலையை ஏற்படுத்த முயற்சி செய்ய வேண்டியுள்ளது. (2005, ப.172).

மணிப்பூரிக் கவிதைகளில் காணப்படும் வன்முறைக் கவிதைகளிலுள்ள அதிகப்படியான இரத்தத்தையும் மிருகத்

தனத்தையும் புனிதப்படுத்தும் நோக்கத்தோடு நான் இதைச் சொல்லவில்லை. மாறாக, மணிப்பூரிக் கவிதைகள் மிகக் கடுமையான சந்தர்ப்பங்களில், அரசியல் மற்றும் சமூகத் தளங்களில் அக்கறையோடு இயங்கிய தன்மையை இங்கு வலியுறுத்திக் குறிப்பிட வேண்டியது என் கடமை. மணிப்பூரின் சில முக்கிய சமூக - அரசியல் முன்னேற்றங்களை முன்னிலைப்படுத்துவது இத்தருணத்தில் பொருத்தமாக இருக்கும்.

1949 ஆம் ஆண்டு பிரிட்டிஷ் ஆட்சி முடிவடைந்து, மணிப்பூர் பிரதேசம் இந்திய ஒன்றியத்தில் இணைந்த பிறகு, அதன் இலக்கியத்தின் தேசியத்தன்மை குறைக்கப்பட்டு 'மாகாண இலக்கியமாக' அது சுருங்கிப் போனது. பிரிட்டிஷ் ஆட்சியின் முடிவோடு அரசாட்சி முறை ஒழிக்கப்பட்டு, 1949 இல் ஜனநாயக முறை ஆட்சி அறிமுகப்படுத்தப்பட்டது. (பிரிட்டிஷ் காலனித்துவ ஆட்சியிலிருந்து) அரசாட்சியிலிருந்து ஜனநாயகத்திற்கு மாறியதன் விளைவாக, மணிப்பூரி எழுத்தாளர்கள் எவ்வித அரசியல் தணிக்கைகளுமின்றி, நெருக்கடிகள் இன்றி, எளிதாகச் சுதந்திரத்துடன் தங்கள் வெளிப்படையான அரசியல் நூல்களுடன் தங்களைத் தாராளமாக வெளிப்படுத்திக்கொள்ள முடியும் என்னும் சூழல் உருவானது.

இதற்கிடையில், படித்த இளைஞர்களுக்கு மேலைநாட்டுக் கருத்தாக்கங்களும் தத்துவங்களும் அறிமுகமாயின. இயற்கை அம்சங்கள், மொழி, பண்பாடு, அரசியல் சித்தாந்தம், புவியியல் ஆகியவற்றின் அடிப்படையில் "மணிப்பூரி அடையாளம்" குறித்த தீவிர புரிதல் ஏற்பட்டது. ஐம்பதுகளில் இருந்து எழுபதுகள் வரை, பயம், பதட்டம், உதவியற்ற தன்மை, இருப்பின் பயனற்ற தன்மை, வாழ்க்கையில் குறிக்கோளற்ற தன்மை மற்றும் இதனையொத்த மனநிலைகள் மணிப்பூர் இளைஞர்கள் மற்றும் கவிஞர்களின் மனத்தில் பின்னிக் கிடந்தன.

அவநம்பிக்கையும் சுயபரிசோதனை குறித்த இழிந்த பார்வைகளும் வாழ்க்கை குறித்த நிச்சயமின்மையும் நிரம்பியிருந்த காலகட்டம் அது. இந்த மனப்போக்குகளும் உலகப் பார்வைகளும் மணிப்பூரிக் கவிதையில் படிப்படியாக அதன் வடிவத்தையும் பாணியையும் உருவாக்கும் உணர்திறனைப் பெறுவதில் துணை நின்றன.

போருக்குப் பிந்தைய கவிதைகளின் விரக்தி மற்றும் கவலை நிரம்பிய தொனி, எழுபதுகளின் கவிதைகளில் இழையோடிய எதிர்ப்பு மற்றும் கிளர்ச்சித் தொனிக்கு வழிவகுத்தது. எழுபதுகளில் கவிதைத் தொகுப்புகளை வெளியிடத் தொடங்கிய புதிய கவிஞர்கள், மணிப்பூரின் வளர்ச்சிக்குத் தடையாகத் தாம் கருதுவனவற்றைத் தகர்க்கும் ஊடகமாகக் கவிதையைத் தழுவினர். அவர்களுடைய அன்றாட அனுபவங்கள் கவிதை வெளிப்பாடுகளின் முறைமையாக மாறியது. அவர்களது ஒவ்வொரு சொல்லும் உண்மையானதாக இருந்த அதே வேளையில், வேதனை தருவதாகவும் இருந்தது.

தங்கள் வேதனைகளை மனத்தில் வைத்துக் கொண்டு, அவ் இளம் கவிஞர்கள் மணிப்பூரி இலக்கியத்தில் இதுவரை சந்தித்திராத ஒரு புதிய கவிதையியலை அறிமுகப்படுத்தினர். 1964 இல் மணிப்பூர் பள்ளத்தாக்கில் ‘சுய நிர்ணய இயக்கம்’ தொடங்கப்பட்டபோது எழுந்த வன்முறை மற்றும் இரத்தக் களரியுடன் அவர்களது கவிதை ஒத்துப்போனது. கவிஞர்கள், குறிப்பாகப் பொதுமக்கள் ஆயுதமேந்திய போராட்டத்தின் பயங்கர விளைவுகளைச் சந்தித்ததைத் தவிர, வேறு வழி இருந்திருக்கவில்லை. தொடர்ந்து அனைவரும் பார்த்துக் கொண்டிருந்தவை: மரணம், அழிவு, வன்முறை, கடத்தல், மிரட்டிப் பணம் பறித்தல், காவல் நிலைய மரணங்கள், உரிமை மீறல்கள் முதலியனவே. அவை அன்றாட வழக்கங்களாக மாறிப் போயின. சமூக விழுமியங்கள் மற்றும் போராட்டங்கள் கடுமையான சிதைவுகளுக்கு உள்ளாகின. மணிப்பூர் அரசும் அரசு இயந்திரமும் குடிமக்களிடம் தோல்வி அடைந்து விட்டன என்ற பொதுவான உணர்வு அறிவு ஜீவிகள் மத்தியில் உருவானது.

இந்தத் தற்செயல் நிகழ்வுகள் மணிப்பூரி இலக்கியத்தில் ஊடுருவின. சிதறிக் கிடக்கும் பிணங்கள், சிதறடித்து அழிக்கப்பட்ட கிராமங்கள், வன்முறை நிறைந்த தெருக்கள் போன்ற கொடூரமான படிமங்கள் கவிதைத் தீவனமாக மாறின. மணிப்பூரிக் கவிதையில் ஊடுருவிய கோரமான படிமங்களை 1962 இல் எழுதப்பட்ட தங்ஜம் இபோபிஷாக்கின் “பிரதிமா ஆஃப் கொங்பா பஜார்” என்ற கவிதையில் காணலாம்.

கொசுவலையின் மறுபக்கத்திலிருந்து
எங்களைக் கவனித்த
கொங்பா பஜாரின் பிரதிமை கூறினாள் -
"ஒரு பெண்ணின் தர்மம்
உடைத்து நொறுக்கிப் பறிக்கப்பட்டது.
அந்த விலங்குகளின் கைவிடப்பட்ட எச்சம் நான்.
எனக்கு எந்த மதிப்பும் இல்லை இப்போது."

எந்தத் தயக்கமும் நாணமும் இல்லாமல்
தன் அந்தரங்கப் பகுதிகளை அவள் காட்டினாள்
காயம்பட்ட இரத்தக்களரியான தன்
மார்பகங்களையும் தொடைகளையும்.
விலங்குகள் தந்த சித்திரவதையின்
கொடூரமான வலிகள்.
அவற்றின்மீது வாடிய பூவின்
மென்மையான இதழ்கள்.

(இபோபிஷக், 1962, சொந்த மொழிபெயர்ப்பு)

யாவோல் கவிதை:
புதிய கவிதைச் சொல்லாடல் தேவை

அறுபதுகளின் தொடக்கத்தில் எழுந்த 'சுய நிர்ணய இயக்கம்' எண்பதுகளில் வன்முறை மோதல்களின் அடிப்படையில் தீவிரமடைந்தது. இபோபிஷக், இபோம்சா, ரஞ்சித், புபன்சனா போன்ற கவிஞர்கள், மக்களின் தேவைகளுக்கேற்ப மணிப்பூர் இலக்கியம் முழுவதுமாகக் குறிப்பாக அறிவுத் தளத்திலும் உளவியல் ரீதியிலும் சீரமைக்கப்பட வேண்டும் என்று கருதினர்.

அந்தத் தேவைகள் பின்வரும் மூன்று வெளியீடுகளில் முன்வைக்கப்பட்டன.

அ) ஷிங்நபா (எதிர்ப்பு), 1974 (இபாபிஷாக், ரஞ்சித் மற்றும் இபோம்சா)

ஆ) அடோப்பா கோஞ்சல் (மற்றொரு குரல்), 1975. (நவீன மணிப்பூரிக் கவிதைகளின் தொகுப்பு, டோம்பி, ஜாய் சந்திரா இபோபிஷாக் மற்றும் இபோம்சா)

இ) ஹம்ஃபுடராடா ஹூமாலக்பா நாங்லே (எழுபதுகளில் வீசிய புயல்), *1979*. (ஹேமச்சந்திரா)

இம்மூன்று தொகுப்புகளோடு வேறு சில கவிதைத் தொகுப்புகளும் இரண்டு முக்கிய நோக்கங்களைக் கொண்டிருந்தன. '*எழுபதுகளில் வீசிய புயல்*' தொகுப்பின் முன்னுரையில் குறிப்பிடப்பட்டிருப்பதைப் போல,

> ஊழல் அமைப்பைக் கவிதை சமாளிக்க வேண்டும். போருக்குப் பிந்தைய கவிஞர்களால் ஏற்றுக்கொள்ளப்பட்ட ஐரோப்பிய மையவாதக் கவிதை மரபுகளை மணிப்பூரிக் கவிதை தவிர்க்க வேண்டும். (ஹேமசந்திரா, *1979*, ப.*4*)

எழுபதுகளுக்கும் *2010* களுக்கும் இடைப்பட்ட காலம் மணிப்பூரி இலக்கியத்தில் "யாவோல் இலக்கிய காலம்" என்று குறிக்கப்படுவதே அரசியல் ரீதியாகவும் வரலாற்று ரீதியாகவும் சரியாக இருக்க முடியும்.

□ ஆங்கிலக் கட்டுரையின் தமிழாக்கம்.
தமிழில்: **ப. கல்பனா & பா. இரவிக்குமார்**

கலக அழகியல்

சி. மோகன்

1970 களில் மணிப்பூரி இலக்கியத்தில், குறிப்பாக அதன் கவிதை வெளியில், ஒரு புதிய எழுச்சி உருவானது. அதன் தனித்த உக்கிரமான குரல் ஒரு புதிய அரசியல் சமூக எழுச்சியின் இலக்கியப் பண்பாட்டு அடையாளமாகியது. ஒரு புதிய கவிதையியல் உருவானது.

மக்கள் எப்படி வாழ வேண்டும் என்று தீர்மானிக்கும் அதிகாரம் பெற்ற 'நல்லெண்ண' சர்வாதிகாரிகளின் ஆதிக்க அரசியலால் மணிப்பூரி பூர்வ குடியினரின் வேர்கள் துண்டிக்கப்பட்டன. அவர்கள் வாழ கதியற்று அலைக்கழிந்து அல்லாடினர். அவர்கள் எதிர்கொண்ட நெருக்கடிகளும் அவதிகளும் வலிகளும் வேதனைகளும் மிகக் கடுமையானவை. மனித உயிர்கள் துச்சமாக வேட்டையாடப்பட்டதும், கிராமங்கள் அழிக்கப்பட்டதும், பாலியல் வன்கொடுமைகளும், சிறை மரணங்களும் சகஜமாக நிகழ்ந்தன. 'சொத்துரிமையோ, பேச்சுரிமையோ வேண்டாம்; வாழும் உரிமையைத் தந்தால் போதும்' என்று கேட்கும் நிலைக்கு மக்கள் தள்ளப்பட்டனர்.

இத்தகைய கடும் நெருக்கடியான காலகட்டத்தில் உருவானதுதான் மணிப்பூரி கிளர்ச்சி இயக்கம். இந்த இயக்கத்தின் கலை எழுச்சியாக 1970 களில் உருவானதுதான் மணிப்பூரி 'யாவோல்' (புத்தெழுச்சி) கவிதை இயக்கம். கடந்த 50 ஆண்டுகளாக, இந்த இயக்கத்தின் கவிதைகள், பழங்குடியினரின் வாழ்க்கையையும் மலைகளையும் காடுகளையும் கிராமங்களையும் சீரழித்த நாசகாரக் கும்பலின் அராஜகப் போக்குக்கு எதிரான கொந்தளிப்புகளாக

வெளிப்பட்டு வருகின்றன. எதிர்ப்பு மனோபாவமும் கிளர்ச்சித் தன்மையும் கொண்ட தீவிர யதார்த்தக் கவிதைகள் இவை.

மணிப்பூரிக் கவிதைப் போக்கின் மெய்மையை இவ்விதழில் மிகுந்த சிரத்தையோடும் அக்கறையோடும் கலை நம்பிக்கையோடும் இவ்விதழின் பொறுப்பாசிரியர்களான பா. இரவிக்குமாரும் ப. கல்பனாவும் இணைந்து தந்திருக்கின்றனர். தமிழ்க் கவிதைச் சூழல் இதன் தாக்கத்தை ஏற்க அவர்கள் கொண்டிருக்கும் விழைவும் கவிதைகளின் தேர்வுகளில் வெளிப்படுகிறது.

மணிப்பூரி யாவோல் கவிதை இயக்கத்தின் ஐந்து பிரதானமான கவிஞர்களான ராபின் எஸ். நங்கோம், சரட்சந்த் தியாம், கம்பனி சொரொக்கைபாம், யும்லெம்பம் இபோம்சா, தங்ஜம் இபோபிஷக் ஆகியோரின் சில கவிதைகள்; கவிஞர்கள் பற்றிய குறிப்புகள்; யாவோல் இயக்கம் பற்றிய கட்டுரையின் சாரம் என ஒரு நேர்த்தியான அறிமுகமாக இவ்விதழ் அமைந்திருக்கிறது. ஒநாய் குலச்சின்னம் நாவலை நான் மொழிபெயர்ப்பு செய்த காலத்தில் என் மனம் கொண்டிருந்த எழுச்சியின் சில கீற்றுகளை இவ்விதழ் என்னுள் கிளர்த்தியது. பா. இரவிக்குமாரும் ப. கல்பனாவும் பெறுமதியான ஒரு பணியை மிகச் சிறப்பாக நிறைவேற்றியிருக்கிறார்கள்.

□ சிறப்பாசிரியர் கட்டுரை,
‘இடைவெளி’ இதழ் 3, ஜனவரி 2023

வன்முறைக்கு எதிரான அழகியல்

பேரா. க. பஞ்சாங்கம்

கவிதையை மொழிபெயர்த்தல் என்பது காதலர் இருவர், கணவன் மனைவியாக மாறிவிடும் கதை போன்றதுதான். அதாவது மொழிபெயர்ப்பில் மூலக்கவிதையின் ஈர்ப்பு இல்லாமல் போய்விடும். ஆனால் மனைவியாகி விடுவதும் கணவனாகி விடுவதும் சமூக வெளியில் எப்படித் தவிர்க்க முடியாத நிகழ்வோ அதுபோலத்தான் இலக்கிய வெளியில் மொழிபெயர்ப்பும் ஒரு செயல்பாடாக இயங்கிக் கொண்டிருக்கிறது. வேற்று மொழிகளில் உள்ள கவிதைகளை அறிந்துகொள்ள மொழிபெயர்ப்பை விட்டால் வேறு வழி இல்லைதானே! இவ்வாறு தவிர்க்க முடியாத இலக்கியப் படைப்பாக்க வெளியில் தமிழ்ப் பேராசிரியர்களான பா. இரவிக்குமாரும் ப. கல்பனாவும் தொடர்ந்து இயங்கிக் கொண்டிருக்கிறார்கள். இருவரும் ஜப்பான் மொழிக் கவிதைகளையும் கொரிய மொழிக் கவிதைகளையும் மொழிபெயர்த்து இரண்டு தனித் தனித் தொகுப்புகளாகத் தமிழுக்கு வழங்கி இருக்கிறார்கள். அவை பெரும் வரவேற்பைப் பெற்ற நிலையில், இப்பொழுது இந்தக் கவிதைக்கான இதழில் மணிப்பூர்க் கவிதைகளை ஆங்கில மொழி வழியாக மொழிபெயர்த்து வழங்கி உள்ளார்கள்.

இன்றைய சொரணையற்ற படிப்பாளிகள் நடுவே இந்த இரண்டு பேராசிரியர்களிடம் வெளிப்படும் சமூகப் பிரக்ஞை நம்பிக்கை அளிப்பதாக இருக்கிறது.

மணிப்பூர், நாகலாந்து, மிசோரம் முதலிய வடகிழக்கு மாநிலங்களில், ஆளும் பேரரசு, பேயாய் வடிவமெடுத்து

நிகழ்த்திக் காட்டும் ராணுவ முற்றுகைகளின் கொடூரத்தைச் சில ஊடகங்களில் எழுதப்பட்ட கட்டுரைகள் வழியாக நாம் அறிவோம். ஆனால் இங்கே இவர்கள் இருவரும் அந்த அரசுப் பயங்கரவாதம் நிகழ்த்திக் காட்டும் வன்முறைகளுக்கு நடுவே அஞ்சாமல் கவிதை எழுதிய கவிஞர்களின் கவிதைகளைத் தமிழ் மொழிக்குக் கொண்டு வந்ததன் மூலம் அந்த மக்களின் வலியை, வேதனையை, மூச்சு முட்டும் துக்கத்தை நமக்குள்ளும் கடத்தி விட்டார்கள் என்றே சொல்லலாம். இந்த மொழிபெயர்ப்புக் கவிதை ஒன்று சொல்வது போலக் கவிதையைத் துப்பாக்கிகளைப் போலக் கடத்தி விட்டார்கள் தமிழ் மனப்பரப்பில்.

மணிப்பூர்க் கவிஞர்கள் "வெட்டப்பட்ட வேர்களின் வலிகளை உணர்ந்து கவிதைகளைப் படைக்கிறார்கள்" என்றும் "இந்தியா முழுவதும் புவியியலும், வரலாறும் வேறு வேறாக இருந்தாலும் மக்களின் வாழ்க்கையைச் சூறையாடும் ஆதிக்க அரசியல் எங்கும் ஒன்றாகத்தான் இருக்கிறது" என்றும் "நீர் நிலைகளும், மலைகளும், நிலங்களும் பறி போவதைக் கூட அறிய விடாமல் இங்கே எல்லாமே நன்றாக இருப்பதாக ஒரு பாவனையோடு வாழ்வதற்குப் பழக்கப்படுத்திவிடும் பரிதாபம் நடந்திருக்கிறது" என்றும் இவர்கள் எழுதியுள்ள ஒரு கட்டுரை பதிவு செய்கிறது. மொழிபெயர்ப்பாளர்களும் கவிஞர்கள் என்பதனால் கவிதைக்குள் தேக்கி வைக்கப்பட்டிருக்கும் வலிகளையும் வேதனைகளையும் வன்முறை அரசியலையும் உணர்ந்து மொழிபெயர்த்துள்ளார்கள்.

ராபின் எஸ். நங்கோம் (6), தங்ஜம் இபோபிஷக் (5), சரட்சந்த் தியாம் (6), சொரொக்கைபம் கம்பினி (1), யும்லெம்பம் இபோம்சா (2) என்று ஐந்து கவிஞர்களின் 20 கவிதைகளை மட்டும் கொடுக்கப்பட்ட பக்க அளவு கருதி மொழிபெயர்த்துத் தந்துள்ளார்கள்.

அரசுப் பயங்கரவாதம் நிகழ்த்தும் வன்முறைக்கு எதிரான கவிதைகள் என்பதால் சிதறிக்கிடக்கும் ரத்தங்களையும் பிணங்களையும் தான் எங்கும் பார்க்க முடிகிறது.

"உதடுகளில் துர்நாற்றமடிக்கும் அரசியல்"

என்றொரு வரி வருகிறது.

"டெல்லி செங்கோட்டையில்
கழுதைகள் கனைக்கின்றன.
வெற்று வயிற்றுடன்
வறண்ட தொண்டையுடன்
ஹரிஜன் செய்தித்தாளின்
பழைய பிரதிகளைத்
துண்டு துண்டாகக் கிழித்து ஊட்டுகிறார்கள்"

என்கிறது மற்றொரு கவிதை. சமகால இந்திய அரசியலின் அவலத்தை இதைவிடச் சிறப்பாகச் சொல்லிவிட முடியாது.

கண்காணிக்கும் ராணுவ நடவடிக்கைகளை இப்படி ஒரு கவிதை பதிவு செய்கிறது.

"இரவின் இருளில்
மினுமினுக்கும் பல்புகள்,
உணவகங்களில் இருந்து
இடைவிடாமல் எழுந்து
தெருவைச் சுற்றி வரும்
சிகரெட் புகையைப் பார்க்கின்றன".

இது போலவே,

"பனிச்சரிவுகளில் பதிந்து இருக்கும்
புல்லட் துளைகள்.
இரவும் பகலும் இரத்தக் கறைகளால்
கவனமாகப் பாதுகாக்கப்படுகின்றன"

என்று ஒரு கவிதை பேசுகிறது.

மற்றொரு கவிதை

"மனிதனின் கற்பனையில்
சொல்லொணா எண்ணிக்கையில்
மனித வெடிகுண்டுகள்
இனப்பெருக்கம் செய்யப்படுகின்றன"

"உயிருள்ள மனித வெடிக்குண்டும்
உயிரற்ற அணுகுண்டும்
இந்தப் போர்க்களமாக மாறிய பூமியில்
எப்படிப் போரை நிகழ்த்த முடியும்?"

என்று கேட்கிறது மற்றொரு கவிதை.

இப்படி ஒரு கவிதை முடிகிறது:

"இரவிலும் பகலிலும் அலை வீசும் கடல்
புதிதாகத் திருமணமான
பெண்களின்
கிளர்ச்சி அடைந்த மார்பகங்களைப் போல.

எவ்வளவு களைத்துள்ளன இந்த அலைகள்.
இதுதான் வாழ்க்கை."

என்ன ஒரு சோகம், என்ன ஒரு உறுதி.

இந்த மொழிபெயர்ப்புக் கவிதைகளை அச்சடிக்கப்பட்டிருக்கும் வார்த்தைகளைத் தாண்டி வாசித்து அறிய வேண்டும். அப்பொழுது தெரியும், வன்முறைக்கு எதிரான அழகியல். மொழிபெயர்ப்பிற்கு எதைத் தேர்ந்தெடுக்கிறார்கள் என்பதிலேயே தெரிந்துவிடும் மொழிபெயர்ப்பின் அழகியல் என்றும் இந்த இடத்தில் அழுத்தமாகச் சொல்லத் தோன்றுகிறது. இருவரையும் பாராட்டுகிறேன்.

☐ பேரா. க. பஞ்சாங்கம் அவர்களின் முகநூல் பதிவிலிருந்து

கவிஞர்கள் பற்றி...

சரட்சந்த் தியம் (பிறப்பு: 27.02.1961)
(Saratchand Thiyam)

இம்பாலில் பிறந்த இவர், நன்கு அறியப்பட்ட மணிப்பூரி கவிஞர். பொறியாளராக இருந்தபோதும், இளம்வயதிலேயே கவிதைகள் எழுதத் தொடங்கியவர். இவரது முதல் நூல் 'தெங்கலி கார்பா போடன்' என்ற கவிதைத் தொகுப்பாகும். இந்நூல், 1980 இல் வெளியிடப்பட்டது. அந்நூலைத் தொடர்ந்து 'சோ சாபூன்' (1989) மற்றும் 'ஆப்பிரிக்கா' (1993) ஆகிய இரண்டு தொகுப்புகள் வெளிவந்தன. அடுத்ததாக, கேரள மாநிலத்தில் தென்னிந்தியர்களுடன் அவருக்கு ஏற்பட்ட கவிதைத் தொடர்புகளின் விளைவாக, 'ஹஜ்லக்பா ஈஷிங் ஜி மனக்தா' (1994) என்ற பயணக் கட்டுரை வெளிவந்தது.

'லீ லாங்பா' காலாண்டிதழின் உதவி ஆசிரியர் (1986-90), எலைட் குழுமத்தின் பொதுச் செயலாளர் (1987-89), இணைச் செயலாளர் (1988-92) எழுத்தாளர் மன்றம் (இம்பால்) இணைச் செயலாளர் (1988-92) உள்ளிட்ட பல்வேறு பதவிகளை வகித்துள்ளார். 1990-92 கலாச்சார மன்றத்தின் (மணிப்பூர்), சாகித்யாகி பாவோவின் இணை ஆசிரியர் (1990-95), மணிப்பூரி சாகித்ய பரிஷத்தின் (இம்பால்) இணைச் செயலாளர் (1992-93), நஹரோல் சாகித்ய பிரேமி சமிதியின் பொதுச் செயலாளர் (1992-96) ஆகிய பதவிகளையும் வகித்துள்ளார். அகில இந்திய

வானொலி, தொலைக்காட்சி மற்றும் தனியார் சேனல்களின் ஒலிபரப்பாளராகவும், ஃப்ரீலான்ஸ் கட்டுரையாளராகவும் இருந்துள்ளார்.

ஜாமினி சுந்தர் குஹா தங்கப் பதக்கம் (2002) மற்றும் சாகித்ய அகாடமி விருது (2006) ஆகியவற்றைப் பெற்றுள்ளார்.

இவர், மூன்றாம் தலைமுறை அல்லது "பின் நவீனத்துவ" எழுத்தாளர்களுள் ஒருவர். இவரது பெரும்பாலான கவிதைகள், மக்களின் வலிகளைப் பேசுபவை. இவரது கவிதைகள் மனித சமூகத்தின் சமகாலத்தைச் சுவாசிக்கின்றன. மனிதநேயம், இவரது கவிதைகளின் முக்கியக் கருப்பொருளாகும்.

இவர் எழுதிய 'கடிதம்', 'ஷில்லாங்', 'துப்பாக்கி', 'இலக்கு', 'பொக்ரான் கார்கில் கெய்சல்', 'மனித வெடிகுண்டு' ஆகிய கவிதைகள் இங்கு மொழிபெயர்க்கப்பட்டுள்ளன.

சொரொக்கைபம் கம்பினி
(Sorokhaibam Gambhini)

தீவிரக் கவிஞரும் மொழி பெயர்ப்பாளரும் விமர்சகருமான சொரொக்கைபம் கம்பினி, சிறந்த மக்கள் தொண்டர் ஆவார். இவர் இந்தியாவின் திரிபுரா மாநிலத்தில் வசிக்கிறார். திரிபுரா பல்கலைக்கழகம் மற்றும் வார்தா பல்கலைக்கழகத்தில் சமஸ்கிருத இலக்கியத்தில் முதுகலைப் பட்டம் பெற்றவர். ஹிந்தி இலக்கியத்தில் கோபிட் என்ற பட்டத்தைப் பெற்றவர். தற்போது திரிபுராவின் மணிப்பூரி சாகித்ய பரிஷத்தில் உள்ளார்.

இவர், மணிப்பூரி மற்றும் பெங்காலி ஆகிய இரு மொழிகளையும் பேசக்கூடியவர். இதுவரை மூன்று கவிதை நூல்களையும் இரண்டு மொழிபெயர்ப்பு நூல்களையும் வெளியிட்டுள்ளார். இவர் எழுதிய வடகிழக்கு இந்தியா பற்றிய பல்வேறு இலக்கிய விமர்சனக் கட்டுரைகள் ஆங்கிலத்தில் மொழிபெயர்க்கப்பட்டுள்ளன.

இந்தியப் பதிப்பகங்கள் இவரது கவிதைகளைப் பல்வேறு தொகுப்புகளில் வெளியிட்டுள்ளன. சர்வதேசத் தொகுப்புகளிலும் கவிஞரின் கவிதைகள் இடம்பெற்றுள்ளன.

இவருக்கு மணிப்பூரி சாகித்ய பரிஷத், அசாம் மொய்ரெங்ஜாம் ஓங்பி ஹேமாவதி தங்கப் பதக்கம் 2008, மணிப்பூரி சாகித்ய பரிஷத், இம்பால் காமினி குமார் தங்கப் பதக்கம் 2010, யெங்கோம் பிரபாவதி நினைவு விருது 2017, வாழ்நாள் சாதனையாளர் விருது முதலிய விருதுகள் வழங்கப்பட்டுள்ளன.

இவர் எழுதிய 'கிராமத்துப் பெண்' என்னும் கவிதை இங்கு மொழிபெயர்க்கப்பட்டுள்ளது.

தங்ஜம் இபோபிஷக்
(Thangjam Ibopishak)

வடகிழக்கு இந்தியாவின் முன்னணி மற்றும் மிகவும் பிரபலமான கவிஞர்களில் தங்ஜம் இபோபிஷக் ஒருவர். இம்பாலை அடிப்படையாகக் கொண்டு, இவர் பழங்குடி மெய்தி சமூகத்தின் மொழியான மணிப்பூரியில் எழுதுகிறார். இவர் ஆறு கவிதைத் தொகுதிகளை வெளியிட்டுள்ளார். அவற்றில் மூன்று, இவருக்கு 1986 இல் மணிப்பூர் மாநில கலா அகாடமி விருது, 1989 இல் ஜாமினி சுந்தர் குஹா தங்கப் பதக்கம், 1997 இல் முதல் ஜனநேதா இராபோட் விருது, 2005 இல் அஷங்பம் மினகேதன் நினைவு விருது முதலிய மாநிலத்தின் மிகவும் மதிப்புமிக்க விருதுகளைப் பெற்றுத்தந்தன.

இபோபிஷக் 1997 இல் கவிதைக்கான சாகித்ய அகாடமி விருதையும் வென்றார். இவர் இம்பாலில் உள்ள ஜிபி மகளிர் கல்லூரியில் மணிப்பூரி கற்பிக்கும் பேராசிரியராகப் பணிபுரிகிறார். இவர் எழுதிய 'காந்தியும் ரோபோவும்', 'உருவம்', 'பகவத் கீதை வாசித்தல்', 'அமெரிக்கக் குடை', 'மேகாலயா' ஆகிய கவிதைகள் இங்கு இடம்பெறுகின்றன.

எஸ். பானுமதி தேவி (பிறப்பு 1948)
(S. Bhanumathi Devi)

மணிப்பூரிக் கவிஞர். இரண்டு கவிதைத் தொகுப்புகளை வெளியிட்டுள்ளார். *(கல்லப ஈர்சி அமட ஆஷும், 1991)* சயாங் பகுதியில் உள்ள பள்ளியில் உதவித் தலைமையாசிரியையாகப் பணிபுரிந்துள்ளார். இம்பாலில் வசித்தவர்.

ராபின் எஸ். நங்கோம்
(Robin S. Ngangom)

வடகிழக்கு இந்தியாவிலுள்ள மணிப்பூரில் இம்பாலில் பிறந்தவர். இவர், ஆங்கிலம் மற்றும் மெய்டிலோன் ஆகிய இருமொழிகளில் எழுதும் இருமொழிக் கவிஞர் ஆவார். இவர் செயின்ட் எட்மண்ட் கல்லூரி மற்றும் ஷில்லாங்கின் நார்த் ஈஸ்டர்ன் ஹில் பல்கலைக்கழகத்தில் இலக்கியம் பயின்றவர். எழுத்தாளர்களுக்கான பயிற்சிப் பட்டறையில் இவரது *'வார்த்தைகள் மற்றும் அமைதி' (1988)* என்னும் நூல் வெளியிடப்பட்டது. *'காலத்தின் குறுக்குச்சாலைகள்' (1994)* மற்றும் *'வேர்களின் விருப்பங்கள்' (2006)* ஆகியனவும் இவரது கவிதை நூல்களுள் அடங்கும்.

"தெற்காசியாவில் பயங்கரவாதம் குறித்த எழுத்துகளில் கவிதை" என்னும் இவரது கட்டுரை, ஆக்ஸ்ஃபோர்ட் யுனிவர்சிட்டி பிரஸ்ஸால் வெளியிடப்பட்டுள்ளது. 1999 இல் மொழிபெயர்ப்பிற்கான கதா விருது இவருக்கு வழங்கப்பட்டது.

ராபின் எஸ். நங்கோம் எழுதிய 'முதல் மழை', 'இறுதிச் சடங்குகளும் திருமணங்களும்', 'கணிப்புகள்', 'லைதும்க்ராஹ்', 'தனிமை', 'காங்டாக் (பிப்ரவரி 1998: டி. லடாக்கி குருவுக்காக)' முதலிய கவிதைகள் இங்கு மொழிபெயர்க்கப்பட்டுள்ளன.

யும்லெம்பம் இபோம்சா (பிறப்பு 1949)
(Yumlembam Ibomcha)

வடகிழக்கு மாநிலமான மணிப்பூரின் முன்னணிக் கவிஞரும் சிறுகதை எழுத்தாளருமான இவர், மணிப்பூர் மாநில கலா அகாடமி இலக்கியத்திற்கான விருது (1974), சாகித்ய அகாடமி விருது (1991) மற்றும் சாகித்ய அகாடமி மொழிபெயர்ப்பு பரிசு (2008) உட்படப் பல்வேறு விருதுகளை வென்றுள்ளார். 1973 இல் இவரது முதல் கவிதைத் தொகுதி வெளியானதிலிருந்து, இவர் மேலும் மூன்று தொகுப்புகளை வெளியிட்டுள்ளார். மணிப்பூர் மாநிலத் தலைநகர் இம்பாலில் வசிக்கிறார்.

◉